AF759026

കെ. പവിത്രൻ

റിട്ട: സീനിയർ ലക്ചറർ.

ജില്ലാവിദ്യാഭ്യാസ പരിശീലനകേന്ദ്രം (ഡയറ്റ്).

മോറാഴ, കല്ല്യാശ്ശേരി ഇവിടങ്ങളിൽനിന്ന് പ്രാഥമികബോധനം.

തളിപ്പറമ്പ, പയ്യന്നൂർ, ധർമ്മടം, കോഴിക്കോട് എന്നിവിടങ്ങളിൽനിന്ന് കലാലയ പഠനം.

കണ്ണൂർ, കാസർഗോഡ്, കോഴിക്കോട് ജില്ലകളിൽ ഔദ്യോഗികസേവനം.

പാഠപുസ്തകങ്ങൾ, കൈപ്പുസ്തകങ്ങൾ, മറ്റ് അധ്യാപനസഹായികൾ എന്നിവയുടെ നിർമാണവുമായി ബന്ധപ്പെട്ടുള്ള പ്രവർത്തനം.

അക്ഷരകേരളം, ഗ്രന്ഥശാലാസമിതി, അധികാരവികേന്ദ്രീകരണം, കേരള ശാസ്ത്രസാഹിത്യ പരിഷത്ത്, പുരോഗമനകലാസാഹിത്യസംഘം തുടങ്ങിയ മേഖലകളുമായുള്ള ബന്ധം.

മൗനനിറച്ചാർത്തുകൾ എന്ന സമാഹൃതകവിതാപുസ്തകത്തിന്റെ പ്രസിദ്ധീകരണം.

ഭാര്യ: ബീന.പി. (പ്രധാനാധ്യാപിക, ഗവ: ഹയർ സെക്കന്ററി സ്കൂൾ ഹോസ്ദുർഗ്, കാഞ്ഞങ്ങാട്.)

മക്കൾ : വൈശാഖ്, ഘനശ്യാം

വിലാസം: കുന്നിൽവീട്, കാനൂൽ പി.ഒ., കണ്ണൂർ ജില്ല - 670562

ഫോൺ: 9400475221

Malayalam Language
Nelkrishiyum Samskrithiyum
(Cultural Studies)
by
K Pavithran
♦
Published in May 2022
2nd Impression April 2023
by Kairali Books Private Limited
Thalikkavu Road, Kannur.
Ph : 0497-2761200
E-Mail : Kairalibooksknr@gmail.com
♦
Cover Design
Prasanth Mangad
♦
Printed at
Printing Park, Tly

Price ₹ : 190.00
06/22-23/Sl.No.1311/500/NS 18.6
ISBN 978-93-49727-63-2

നെൽക്കൃഷിയും സംസ്കൃതിയും

(സംസ്കൃതിപഠനം)

കെ. പവിത്രൻ

കൈരളി ബുക്സ്

സമർപ്പണം

എന്നെ കേൾക്കുകയും കേൾപ്പിക്കുകയും ചെയ്ത
ആകാശവാണിയ്ക്ക്:
പിന്നെ,
വേദനയിലൂടെ വിദ്യയും 'ശക്തി'യും പകർന്നുതന്ന
എല്ലാ അഭ്യുദയകാംക്ഷികൾക്കും .

Without uncovering the past then there is no discovery
of the present

ഇന്നലകളെ അനാവരണം ചെയ്യാതെ ഇന്നിനെ കണ്ടെത്താനാവില്ല

- ജോർജ്ജ് ലൂക്കാസ്

ഉള്ളടക്കം

ആമുഖം

ഇവിടെ എന്തുപറയണമെന്നറിയില്ല. ഇത് ഈ രൂപത്തിലാക്കാൻ തുണയായവരെക്കുറിച്ച് പറയാൻ തുടങ്ങിയാൽ അതുതന്നെ ഒരു പുസ്തകമാകും. അതിനാൽ സ്ഥാലീപുലാകന്യായേന കുറച്ച്പേരെക്കുറിച്ച് മാത്രം. സ്കൂൾ വിട്ട കുട്ടികളെപ്പോലെ ഓടിവരികയാണോർമ്മകൾ. ആദ്യമെത്തുന്നത് പിതൃസ്മരണകൾ. പിതാക്കളെന്നാൽ മാതാപിതാക്കളാണല്ലോ. ഈയുള്ളവന്റെ നിഘണ്ടുവിലെ ആ വാക്കിൽ അച്ചമ്മയും അച്ചപ്പനും സഹോദരങ്ങളും ഉൾപ്പെടും. പോരാ, ഞങ്ങളുടെ തായ്‌വീട്ടിൽ കൃഷിപ്പണിയ്ക്ക് കൂട്ടുവന്ന എല്ലാവരും.

നമ്മുടെ ഭാഷയും ഒരു കാർഷികോൽപ്പന്നം. ഭക്ഷണം ഉല്പാദിപ്പിക്കുന്നവർതന്നെയാണ് ഭാഷയും ഉല്പാദിപ്പിക്കുന്നത്. ഭക്ഷണം; ഭാഷണം. ഇതെന്നെ തെര്യപ്പെടുത്തിയത് ഏതോ ചില ഭാഷാശാസ്ത്രജ്ഞരല്ല ഇന്നാട്ടിലെ നാട്ടിപ്പണിക്കാരാണ്. എന്തൊരു മാനമായിരുന്നെന്നോ അവരുടെ വർത്തമാനങ്ങൾക്ക്! ആ പഴമൊഴികൾക്ക്. ശൈലികൾക്ക്. ഉരുളയ്ക്കുപ്പേരികൾക്ക്. ദ്വയാർത്ഥപ്രയോഗങ്ങൾക്ക്!. പെണ്ണുങ്ങൾതന്നെ ഇവയ്ക്കെല്ലാം മുന്നിൽ. ഭാഷയും ഒരു പെണ്ണാണല്ലോ. ഇടശ്ശേരി നിരീക്ഷിച്ചതുമാതിരി ഇത്തിരി വ്യാകരണം വായിലാക്കിയതുകൊണ്ടാണ് ആ നാനാജഗന്മനോരമ്യഭാഷ നമ്മുടെ നാവിൽനിന്നു പോയ്മറഞ്ഞത്. പദ്യത്തിന്റെയും വരമൊഴിയുടെയും വരിഷ്ഠസൗന്ദര്യം മാത്രമേ പൊതുവെ നാം നോക്കാറുള്ളൂ. ഗദ്യത്തിന്റെയും വാമൊഴിയുടെയും ചന്തംകൂടി നമുക്കു ചിന്തിക്കേണ്ടിയിരിക്കുന്നു. എന്റെ ഗുരുനാഥൻ എന്ന ചങ്ങമ്പുഴ കവിതയിലെ ഗുരുനാഥൻ കർഷകനാണ്. അതെ; കൃഷിപ്പണിക്കാരാണ് നമ്മുടെ അമ്മമൊഴിയുടെ ആദ്യഗുരുനാഥർ. എഴുത്തച്ഛന്മാർ, എഴുത്തമ്മമാർ! കൃഷിയെ ഓർക്കുമ്പോൾ ഭാഷ ഒഴുകിവരുന്നത് അതുകൊണ്ടാണ്. അവ ഉയിരും മെയ്യുമാകുന്നു.

ഓർമ്മയിൽ രണ്ടാമത്, കണ്ണൂർ കണ്ണപുരത്തെ കെ.വി.ശിവപ്രസാദ് മാഷാണ്. കൃഷി, ഭാഷ, ആഹാരം, ആരോഗ്യം ചികിത്സ ഇവയുടെയൊക്കെ സൂക്ഷ്മരാഷ്ട്രീയത്തെക്കുറിച്ച് ഇത്രമാത്രം അവബോധമുള്ള മറ്റൊരാളെ എനിയ്ക്കു നേരിട്ടറിയില്ല. ഞങ്ങളുടെ ക്ഷണം സ്വീകരിച്ച് അധ്യാപകരുടെ ഒരു ഇൻസർവീസ് കോഴ്സിൽ അദ്ദേഹം നടത്തിയ ഒരു സംസാരം അപാരം. ആ മനീഷിയാണ് ഞങ്ങളിൽ കാർഷികദാർശനികതയുടെ വിത്ത് വിതച്ചത്. അദ്ദേഹം നേരത്തേ യാത്രയായി. വല്ലാത്തൊരു

വേദന തോന്നുന്നു.

അധ്യാപകനിര നീളുകയാണ്. ആരല്ലെൻ ഗുരുനാഥർ? നേരിട്ടും അല്ലാതെയും എത്രയെത്രപേർ? സഹജീവികൾ, സഹപ്രവർത്തകർ, ശിഷ്യഗണങ്ങൾ. ആ ഗുരുഭൂതരിൽ ചില സ്ഥാപനങ്ങളും ഉൾപ്പെടും. വായനശാലകൾ, വായനാവേദികൾ, സ്റ്റഡിസർക്കിളുകൾ കലാശാസ്ത്ര സാഹിത്യ സംഘങ്ങൾ..... . കൃഷി ജീവനമാണ്, ഭാഷ അതിജീവനമാണ് എന്ന് ബോധ്യപ്പെടുത്തിത്തന്ന അച്ഛൻതന്നെയാണ് എന്റെ ആദ്യഗുരുനാഥൻ. പ്രാഥമികവിദ്യമാത്രം കൈമുതലായുള്ള അച്ഛന് താക്കോലെടുക്കാതെ വാക്കകം തുറക്കാനും ഉപകരണമൊന്നുമില്ലാതെ വാക്കിളനീർ ഉരിക്കാനുമുള്ള അഭ്യാസം വശമായിരുന്നു. ശ്ലോകങ്ങളും പുരാണകാവ്യങ്ങളും ചൊല്ലാറുള്ള അച്ഛൻ പഴങ്കഥകളിലെ കതിരും പതിരും വേർതിരിക്കുമായിരുന്നു. ആ ഭാഷാകർഷകന്റെ പത്രവായനയ്ക്കുപോലുമുണ്ടായിരുന്നു ഭാഷയുടെ ശക്തിസൗന്ദര്യങ്ങൾ; കൃഷിയുടെ താളലയങ്ങൾ. അവയിലൊന്നും വേണ്ടത്ര ശ്രദ്ധ കൊടുക്കാഞ്ഞതിലുള്ള കുറ്റബോധവും നഷ്ടബോധവും ഇപ്പോഴെന്നെ നീറ്റുകയാണ്.

അടുത്തതായി, ഇത്തരത്തിലുള്ള എഴുത്തുകുത്തുകളിൽ എന്നെ പരിഹസിച്ച് ശരിപ്പെടുത്താറുള്ള എന്റെ മക്കൾ. പിന്നെ എനിയ്ക്കു വലംകൈയ്യായുള്ള എന്റെ വാമഭാഗം. നമിക്കാതിരിക്കാനെനിയ്ക്കാവതില്ലേ! ഇനി, വൈമുഖ്യമൊന്നുമില്ലാതെ ഇതു പുസ്തകമാക്കാൻ സന്നദ്ധമായ കൈരളി ബുക്സ്! ആ മഹാപ്രസ്ഥാനത്തോടുള്ള നന്ദി എങ്ങനെ ഭാഷയാക്കണമെന്നറിയില്ല. ഇതൊക്കെ ക്ഷമയോടെ ടൈപ്പ് ചെയ്തുതന്ന ഒഴക്രോത്തെ ശ്രീമതി ലതാകരുണാകരനോടുള്ള കടപ്പാടും വാഗതീതം.

ഒടുവിൽ ഈ അസംസ്കൃതന്റെ സംസ്കൃതാധ്യാപകൻ, ശ്രീ. സുബ്രഹ്മണ്യൻ സാർ. ആ നാമധേയം പ്രഥമഗണനീയം. പ്രഥമൻ ഒടുവിലാണല്ലോ. അതിശയോക്തിയുടെ സ്പർശമേശാതെ പറയട്ടെ, അറിവും കഴിവും ആത്മാർത്ഥതയും ഒത്തുചേർന്ന ഇത്തരമാചാര്യന്മാർ അത്യപൂർവമായിരിക്കും. ദ്വിത്രാണ്യേവ കവയ: എന്ന മട്ടിൽ. തൊഴുകയ്യോടെയും നിറകണ്ണോടെയുമല്ലാതെ എനിയ്ക്ക് ആ പേര് ഇപ്പോൾ ഉച്ചരിക്കാനാവില്ല. ആ മഹാമനസ്കത ഒന്നുകൊണ്ടുമാത്രമാണ് ഈ തോന്ന്യാക്ഷരങ്ങൾ അച്ചുനിരത്തപ്പെട്ടത്. ഗുരുപത്നിയുടെ സേവനവും അവിസ്മരണീയം.

അക്രമത്തിലായിരുന്ന എന്റെ കുറിപ്പുകൾ സാർ ഒരു ക്രമത്തിലാക്കി. സംശോധനം ചെയ്തു. നിർദ്ദേശങ്ങൾ തന്നു. ആകർഷകമായൊരു ശീർഷകവും. പണ്ഡിതോചിതമായ ഒരവതാരികയും. അതൊരവതാരികയല്ല, ഒരനുഗ്രഹം. ദാക്ഷിണ്യമോ വാത്സല്യമോ അല്ല അതിന്റെ പിന്നിലെന്ന് എനിയ്ക്കുറപ്പുണ്ട്. നിഷ്പക്ഷമതികൾക്കും അത് ബോധ്യമാകും. സത്യത്തിൽ, അതിൽ ആത്മനിഷ്ഠമായ പ്രശംസയൊന്നുമില്ല. വസ്തുനിഷ്ഠമായ ചില

നിരീക്ഷണങ്ങൾമാത്രം. സൂക്ഷ്മദൃഷ്ടികൾക്ക് അവിടെ ഇനിയുമുണ്ട് എത്രയോ കാണാക്കാഴ്ചകൾ.

അനിവാര്യമായ ചില കാര്യങ്ങൾ. ഞങ്ങളുടെ ലൈബ്രേറിയൻകൂടിയായിരുന്ന സാർ, പുസ്തകങ്ങൾ നൽകുക മാത്രമല്ല അവ വായിച്ച് കുറിപ്പുകൾ തയ്യാറാക്കാനും നിഷ്ക്കർഷിച്ചു. പഴയ പ്രൈമറി ക്ലാസ്സുകളിലെ പ്രബന്ധങ്ങൾക്കെന്നതുപോലെ അവയ്ക്ക് മാർക്കിടുകയും ചെയ്തു. അഹംഭാവവും അലംഭാവവുംമൂലം ഞങ്ങൾ പലരും അതിൽ വേണ്ടത്ര ശ്രദ്ധയൂന്നിയിരുന്നില്ല. നേരാംവണ്ണം ശ്ലോകമൊന്നും ചൊല്ലാനറിയാത്ത എന്നെ ഒരു അക്ഷരശ്ലോകമത്സരത്തിൽ ഇന്റർസോണിൽ കോഴിക്കോട് മലബാർക്രിസ്ത്യൻ കോളജ് വരെ സാറെത്തിച്ചത് അത്ഭുതാദരങ്ങളോടെയല്ലാതെ ഓർക്കാനാകുന്നില്ല. അക്ഷരശ്ലോകം എങ്ങനെയല്ല ചൊല്ലേണ്ടതെന്ന് അന്ന് ബോധ്യമായി.

പരുഷമാണെങ്കിലും എന്റെ ശബ്ദം ആദ്യമായി ആകാശവാണിയിലൂടെ കേൾക്കാനായതും സാറിന്റെ പരിഗണനകൊണ്ടായിരുന്നു: (ഒരു വികലഭാവന കവിതയെന്ന ഭാവേന അച്ചടിമഷി പുരണ്ട് തിരണ്ട് കണ്ടതും തഥൈവ.) പയ്യന്നൂർ പഠനവേളയിൽ; രാത്രി പത്തരയ്ക്കുള്ള ഒരു സംസ്കൃതം യുവാണിയിൽ. അന്ന് കണ്ണൂരാകാശവാണിയില്ല. കോഴിക്കോട്. ഞങ്ങൾ സ്നേഹാദരപൂർവ്വം കെ.എച്ച്.എസ്.എന്നു വിളിക്കുന്ന സാർ എനിയ്ക്ക് മൂന്നിനങ്ങൾ തന്നു. നാടകം പ്രഭാഷണം ശ്ലോകാവതരണം. സർവ്വം സംസ്കൃതമയം. ഓർക്കുമ്പോൾ നാണക്കേട് തോന്നുന്നു. നാടകത്തിൽ ഞാനായിരുന്നു നായകൻ. നായിക തമ്പായി. ഇന്നൊരമ്മൂമ്മയായി. ആകാശവാണിക്കാര്യം ഇവിടെ ഓർക്കാനും ചേർക്കാനും കാരണം ഈ പുസ്തകത്തിലെ പല വസ്തുതകളും പുറത്തെത്തിയത് 'ജാലക'ത്തിലൂടെയാണ് എന്നതുകൊണ്ടാണ്. അവ പലപ്പോഴായി കേട്ടിട്ട് എല്ലാംകൂടി ഒന്ന് തുന്നിക്കെട്ടണമെന്ന് ബ്രണ്ണൻ സതീർഥ്യൻ ബാബുരാജുൾപ്പെടെ പലരും നിർബന്ധിച്ചെങ്കിലും മടിയും പേടിയും കാരണം അതിനൊന്നും മുതിർന്നില്ല. ഒടുവിൽ അതിനുള്ള ധൈര്യം പകർന്നതും എന്റെ ആചാര്യൻതന്നെ. ആചാര്യശബ്ദത്തിന് മാർഗദർശി-ഗൈഡ്-എന്നാണല്ലോ പൊരുൾ.

ഇങ്ങനെ ആദ്യ അച്ചടി, ആദ്യ ആകാശവാണി ആദ്യ ശ്ലോകവേദി ആദ്യ പുസ്തകാസ്വാദനം ആദ്യ പുസ്തകം ഇവയ്ക്കെല്ലാം വഴിയും വെളിച്ചവുമായ ഈ ഗുരുവര്യനോടുള്ള കടപ്പാട് ഞാനെങ്ങനെ തീർക്കും? ഗുരുദക്ഷിണയെന്നല്ല ലഘുദക്ഷിണപോലും നൽകാൻ ഈ അധമർണനാകില്ല. ആ വീട്ടാക്കടം അവിടെക്കിടന്ന് പെരുകട്ടെ. അങ്ങനെയെങ്കിലും ഈയുള്ളവൻ ഓർമിക്കപ്പെടട്ടെ. വിശ്രുതമായ ഒരു ശാങ്കരശ്ലോകഭാഗം ചെറിയൊരു ഭേദഗതിയോടെ ഇവിടെ അർപ്പിക്കുക മാത്രം ചെയ്യട്ടെ.

തസ്മൈ ഗുരുഭ്യോ നമ:

ഈ രചനയിൽ എന്നെ പലരും സ്വാധീനിച്ചിട്ടുണ്ടെന്ന വസ്തുത നന്ദിയോടെ ഓർക്കട്ടെ. കഴിയുന്നതും ആരെയും അനുകരിക്കാതെയാണ് ഇതൊരുക്കിയത് എന്നും താഴ്മയോടെ അറിയിക്കട്ടെ. അനുവാചകരുടെ നിരീക്ഷണങ്ങൾക്കും നിർദ്ദേശങ്ങൾക്കുമായി ഈ കൃതി സവിനയം സമർപ്പിച്ചുകൊള്ളട്ടെ.

ബക്കളം; കാനൂൽ **കെ. പവിത്രൻ**

10.04.22

സഹായകഗ്രന്ഥങ്ങൾ

1. പത്തൊമ്പതാം നൂറ്റാണ്ടിലെ കേരളം
   - പി.ഭാസ്കരനുണ്ണി
2. പൂരക്കളി - ഡോ: എം.വി.വിഷ്ണുനമ്പൂതിരി
3. പൂരക്കളി - ഡോ: കെ.കെ.കരുണാകരൻ
4. നെല്ലും സംസ്കൃതിയും - വി.ശങ്കരൻ നായർ
5. പ്രാചീനകേരളത്തിന്റെ വാണിജ്യബന്ധങ്ങൾ
   - വലായുധൻ പണിക്കശ്ശേരി,

അവതാരിക

ഡോ: കെ.എച്ച്.സുബ്രഹ്മണ്യൻ

(മുൻ രജിസ്ട്രാർ, കണ്ണൂർ സർവകലാശാല)

കൃഷി സത്തയാണ്, ആനന്ദമാണ്. കൃഷിധാതുവും ണകാരവും കൂടിച്ചേരുമ്പോൾ കൃഷ്ണനായിത്തീരുന്നു. കൃഷ്ണൻ സത്തും ചിത്തും ആനന്ദവുമാണ്. ജഗദാനന്ദകാരിയും പാപവിനാശകനുമാണ്. ഏതുകൃഷിയും ഇതേപടി ആനന്ദോന്മേഷങ്ങൾ പകരുന്നതും ബഹുരൂപങ്ങളായ സംസ്കൃതികളെ നാമ്പിടുവിക്കുന്നവയുമാണ്. കെ.പവിത്രൻ നെൽക്കൃഷിയും മനുഷ്യസമൂഹവുമായുള്ള സത്താനന്ദാത്മകമായ ബന്ധത്തെ ആഴത്തിൽ അന്വേഷിച്ച്, പഴയകാല ചരിത്രവുമായി ബന്ധപ്പെടുത്തി വിശകലനം ചെയ്ത് ഗവേഷണാത്മകസ്വഭാവത്തോടുകൂടി രചിച്ച പുസ്തകമാണ് "നെൽക്കൃഷിയും സംസ്കൃതിയും."

ഉണ്ടോ പുരുഷൻ പ്രകൃതിയെ വേറിട്ട്
രണ്ടുമൊന്നത്രേ വിചാരിച്ചു കാൺകിലോ

എന്ന തുഞ്ചത്താചാര്യന്റെ വരികൾ ഉദ്ധരിച്ചുകൊണ്ടാണ് പവിത്രൻ തന്റെ പുസ്തകം തുറന്നുവെക്കുന്നത്. സീതയെയും ബുദ്ധനെയും നെല്ലുമായി ബന്ധപ്പെടുത്തുന്ന ഗ്രന്ഥകാരന്റെ ആദ്യസമീപനംതന്നെ അതീവ ആകർഷകവും ചിന്താബന്ധുരവുമാണ്. കൃഷി എന്ന അനുഭവത്തെ കർഷകൻ ഒരനുഭൂതിയാക്കി മാറ്റുന്നു എന്നും കലയാണ് കലപ്പകൊണ്ട് സൃഷ്ടിക്കപ്പെടുന്നത് എന്നും അത് ഉർവ്വിയെയും ഉള്ളിനെയും ആനന്ദിപ്പിക്കുന്നുവെന്നും വ്യക്തമാക്കിക്കൊണ്ട് നെൽക്കൃഷി ഒരു ജീവിതരീതിയാണെന്ന് അദ്ദേഹം സമർത്ഥിക്കുന്നു. കേരളത്തിന് കേരശബ്ദത്തിനെക്കാൾ ചേർച്ച 'നെല്ലള'ത്തോടാണ് എന്ന ഗ്രന്ഥകാരന്റെ വീക്ഷണവും യുക്തിസഹമാണ്.

കാർഷഭാരതസംസ്കാരം എന്ന ഉപശീർഷകംതന്നെ ഏറെ ശ്രദ്ധേയമാണ്. കർഷകർ സൃഷ്ടിച്ച സംസ്കാരം എന്ന അർത്ഥത്തിൽ നമ്മുടേത് കാർഷഭാരതസംസ്കാരമാണ് എന്നാണ് ലേഖകന്റെ യുക്തിസഹമായ കാഴ്ചപ്പാട്. കൃഷി, സ്വാതന്ത്ര്യം, യഥാർത്ഥജീവിതം, ഉഴുതുണ്ണുന്നവരും തൊഴുതുണ്ണുന്നവരും, ഭക്തി, ഭക്തർ എന്നിങ്ങനെയുള്ള ഗ്രന്ഥകാരന്റെ വിശദീകരണങ്ങളും ഗൗരവപൂർണ്ണമായ വിചിന്തനമർഹിക്കുന്നവയാണ്. റേഷൻ കടകളിലൂടെ ഓക്സിജൻടെല്ലർ മെഷീൻ കിട്ടുന്ന സുവർണ്ണയുഗം യഥാർത്ഥ വികസനത്തിന്റെ മുഖമാണോ എന്ന് സൗവർണ്ണ പ്ര

തിപക്ഷത്തിരുന്ന് ആത്മനിർഭരതയിലേയ്ക്ക് പവിത്രൻ തൊടുത്തുവിടുന്ന ചോദ്യശരമാണ്.

"അപ ഏവ ആദൗ സസർജ്ജ"- ജലമാണ് ആദ്യം സൃഷ്ടിക്കപ്പെട്ടത് - ഇത് മഹത്തായ മഴയുടെ ഭൂതി വ്യക്തമാക്കുന്നു. ഇന്നത്തെ നീർമണികൾ = നാളത്തെ നെന്മണികൾ = കർഷകരുടെ കണ്മണികൾ = ഉർവ്വിയുടെ ഉയിർമണികൾ എന്ന് ഗ്രന്ഥകാരൻ വ്യക്തമാക്കുന്നു.

കണ്ടുകണ്ടങ്ങിരിക്കുന്ന കണ്ടങ്ങൾ
കണ്ടില്ലെന്നു വരുത്തുന്നു യന്ത്രങ്ങൾ.

എന്ന് ധാർമ്മികരോഷവും ആക്ഷേപഹാസ്യവും വായനക്കാരെ അനുഭവപ്പെടുത്തുന്ന ഗ്രന്ഥകാരന്റെ വിചിന്തനങ്ങൾ വായനക്കാരിലും സന്ത്രാസമുണർത്തുന്നു. നീരൊഴുക്കുകൾ, കുന്നുകൾ, ഉറവകൾ, കാടുകൾ എന്നിവയൊക്കെ നാമാവശേഷമായിക്കൊണ്ടിരിക്കുന്ന ദുരവസ്ഥ,

ഒരു ചെറുമഴയെങ്ങാൻ വന്നുപോയാൽ
തുരുതുരെ ഉരുൾപൊട്ടലായി പിന്നെ

എന്ന പാരഡി, നദീതട സംസ്ക്കാരങ്ങളുടെ വിനാശം എന്നിങ്ങനെ പാരിസ്ഥിതികദർശനത്തെ വായനക്കാരിലേക്ക് സംക്രമിപ്പിക്കുന്ന ഗ്രന്ഥകാരന്റെ കരവിരുത് ശ്ലാഘനീയമാണ്.

ചാകരയ്ക്ക് ശ്രീ പവിത്രൻ കൊടുക്കുന്ന വിശദീകരണം നോക്കുക. പക്ഷിമൃഗാദികളുടെ കാഷ്ഠങ്ങൾ കടൽമീനുകൾക്ക് തീറ്റയാണ്. അതിനായുള്ള അവയുടെ ത്വരയാണ് ചാകര. മീനറുതി വന്നുകൊണ്ടിരിക്കുന്നതിന്റെ കാരണങ്ങൾ ലേഖകൻ വിശദീകരിക്കുന്നത് എല്ലാവർക്കും സ്വീകാര്യമായിരിക്കും. എങ്കിലും ബഹുജനം നിസ്സഹായരാണ് എന്ന സത്യം ഓരോരുത്തരുടേയും കണ്ണുതുറപ്പിക്കുന്നതാണ്. അയ്യപ്പൻ തൊട്ട് മുത്തപ്പൻവരെ മിക്ക ദേവതകളും മലയിറങ്ങിവന്നു ഭൂമിയെ ഉർവ്വരയാക്കിക്കൊണ്ടിരുന്നവരാണ്. ചമരിമാനുകൾ മേഞ്ഞുനടന്നിരുന്ന ചമരിമല ബ്രാഹ്മണീകരണത്തിന്റെ ഭാഗമായി ശബരിമലയായതും ജൈവസ്വരൂപത്തിന്റെ നിലനിൽപിന്തന്നെ ഭീഷണിയായതും ലേഖകൻ ചൂണ്ടിക്കാണിക്കുന്നു.

നെൽക്കൃഷിയുടെ ജീവിതദർശനമെന്ന ഒന്നാമദ്ധ്യായം ലേഖകൻ അവസാനിപ്പിക്കുന്നത് തെയ്യം എങ്ങനെ ഒരു കാർഷികപാരിസ്ഥിതികദർശനത്തിന്റെ സന്ദേശം ബഹുജനസുഖത്തിനും ഹിതത്തിനുമായി സംക്രമിപ്പിക്കുന്നു എന്ന് ചൂണ്ടിക്കാണിച്ചുകൊണ്ടാണ്. സമഗ്രമായ മനുഷ്യ ജീവിതസ്പർശം, ഗൗരവമായ പാരിസ്ഥിതികശാസ്ത്രം എന്നിവ "ഉടുക്കുന്ന തുണിക്കും കുടിക്കുന്ന കഞ്ഞിക്കും മുട്ടില്ലാതെ കരിച്ച് വാളുന്നേടത്ത് ഞാനുണ്ടാകും" എന്ന വയൽക്കുറത്തിയമ്മയുടെ വാചാലിൽ നിന്ന് പവിത്രൻ നമ്മെ കേൾപ്പിക്കുന്നു. മനുഷ്യർ ആർത്തിപ്പണ്ടാരങ്ങളായി അനുനിമിഷം അതിവേഗപാതകൾ ആസുരതയോടെ വെട്ടിത്തുറ

ക്കുമ്പോൾ ഗ്രന്ഥകാരന്റെ കണ്ണുനിറയുകയും തലകുനിയുകയും ചെയ്യുന്നുണ്ട്. വിവേകശീലമുള്ള വായനക്കാർക്കും ഇതായിരിക്കും അനുഭവം.

പാടങ്ങളും ചുറ്റുപാടുകളും എന്ന രണ്ടാമദ്ധ്യായത്തിൽ അരി നമ്മുടെ അരി!, പുക്കൻ, അരിജനങ്ങൾ(പൊലയർ), നെല്ലിന്റെ അനുബന്ധവിളകൾ, സംഘകാല ഐന്തിണകൾ, മെക്കാളെയുടെ മക്കൾ എന്നിങ്ങനെ 28 ശീർഷകങ്ങൾ ഉണ്ട്. തവിടിന്റെ പ്രാധാന്യം, പഴഞ്ചോറിന്റെ പ്രത്യേകത, ഒരു ഫോക്‌ലോർപായസം എന്നീ കുറിപ്പുകൾക്കകത്ത് വിജ്ഞാനത്തിന്റെ പൊൻകിരണങ്ങൾ വായനക്കാരെ ആകർഷിക്കും. പൊലിയിൽനിന്നാണ് പൊലയൻ എന്ന വാക്ക് ഉടലെടുത്തത് എന്നും, പുലമല്ല പൊലമാണ് വയലെന്നും ഗ്രന്ഥകാരൻ നിരീക്ഷിക്കുന്നു. ഇന്ന് അസഭ്യശബ്ദമായി കണക്കാക്കപ്പെടുന്ന പൊലയശബ്ദത്തിന് ബ്രാഹ്മണാധിവേശനത്തിന് മുമ്പ് എത്ര മാന്യതയുണ്ടായിരുന്നുവെന്ന് ലേഖകൻ വിവരിക്കുന്നത് ചിന്തോദ്ദീപകമാണ്. "ജനം കൃഷിയിൽനിന്ന് അകന്നതിന്റെ ഗവേഷണം ഇവിടങ്ങളിൽനിന്നുവേണം തുടങ്ങാൻ. അതിനുള്ള ആദിമദത്തങ്ങൾ ചാതുർവർണ്ണ്യത്തിന്റെ മാനിഫെസ്റ്റോകളായ മനുവദ്ഗീതകളിൽനിന്ന് കിട്ടും" എന്ന് ശ്രീ പവിത്രൻ സമർത്ഥിക്കുമ്പോൾ സമബുദ്ധിയുള്ളവർ അതംഗീകരിക്കും.

ഗ്രാമങ്ങളും പശുക്കളും തമ്മിലുണ്ടായിരുന്ന ഇഴപിരിയാത്ത ബന്ധത്തെക്കുറിച്ച് ലേഖകൻ ചിന്തിക്കുന്നത് ഒരു പക്ഷവും പിടിക്കാതെയാണ്. ബ്രാഹ്മണന് ഗോഘ്നൻ എന്ന പേരുണ്ടായതിന്റെ പശ്ചാത്തലവും ഇവിടെ വിവരിക്കപ്പെട്ടിട്ടുണ്ട്.

നാംതന്നെ മറന്നുപോയ, ഭാവിതലമുറ അറിയാനേ സാധ്യത ഏറെക്കുറഞ്ഞ ഒട്ടനവധി നാടൻനെൽവിത്തുകളുടെ പേരുകൾ, അവയുടെ പ്രത്യേകതകൾ എന്നിവ ശ്രീ പവിത്രൻ വിശദീകരിച്ചിട്ടുള്ളത് ഒരു ചരിത്ര രേഖയായിത്തീരുന്നതാണ്. നെല്ലിന്റെ അനുബന്ധവിളകളായ മുത്താറി, ഉഴുന്ന്, മുതിര, പയർ എന്നിവയെക്കുറിച്ചും മലയാളമാസങ്ങളും നെൽക്കൃഷിയുമായുള്ള ബന്ധങ്ങളെക്കുറിച്ചും കൃഷിയിലൂടെ വന്ന സംസ്കൃതിയുടെ വളർച്ചകളെക്കുറിച്ചും ഗ്രന്ഥകാരന്റെ നിരീക്ഷണങ്ങൾ ശ്രദ്ധേയങ്ങളാണ്. ഇന്ത്യ എങ്ങനെ വെള്ളക്കാരന്റെ ഭാരം താങ്ങി ദരിദ്രർ അധിവസിക്കുന്ന സമ്പന്നരാജ്യമായി പരിണമിച്ചു എന്നും നാം മെക്കാളെയുടെ മക്കളായി മാറിയതിനെക്കുറിച്ചും പവിത്രൻ ഇവിടെ വിവരിക്കുന്നുണ്ട്. ഒരു കാർഷികോല്പന്നമാണ് ദേശീയോദ്ഗ്രഥനം എന്ന നിരീക്ഷണം പഞ്ചാബിൽ ഒരു വർഷക്കാലം നീണ്ടുനിന്ന കർഷകസമരത്തിന്റെ പശ്ചാത്തലത്തിൽ വായനക്കാരുടെ തലച്ചോറിൽ ഒരു വണ്ട് മുരണ്ട് പറക്കുന്ന അനുഭവമുണ്ടാക്കും.

കാർഷികവൃത്തിയുമായി ബന്ധപ്പെട്ട നമ്മുടെ സംസ്ക്കാരികാഘോഷങ്ങളെക്കുറിച്ച് ഈ ഗ്രന്ഥത്തിന്റെ മൂന്നാമദ്ധ്യായത്തിൽ വിശദമായ പ്രതിപാദനമുണ്ട്. "കൃഷിയാണല്ലോ ആധുനികജീവിതം സാധ്യമാക്കിയത്. ജനതയെ നിലനിർത്തുന്നത് കൃഷിയാണെങ്കിൽ കൃഷിയെ നിലനിർത്തുന്നത് ഉത്സവങ്ങളാണ്." എന്ന് ഗ്രന്ഥകാരൻ പറയുന്നു. മുഖ്യ കാർഷികവിളകളുമായി ബന്ധപ്പെട്ട അനുഷ്ഠാനങ്ങളിൽ ഉണ്ടായിരുന്ന കാർഷികസ്പർശം എങ്ങനെ നഷ്ടമായി എന്ന് അദ്ദേഹം വിവരിക്കുന്നുണ്ട്. നിറ, പൊലി, പെരുക്കൽ, പുത്തരി തുടങ്ങിയ കാർഷികോത്സവങ്ങൾ, മകം പിറന്ന മങ്കയായ നെല്ലിന്റെ ഐശ്വര്യാതിശയം, ഉച്ചാരയുടെ രഹസ്യം എന്തിനേറെ ദുർഗ്ഗാപൂജയും പൊങ്കലും വിഷുവും,ബൈശാഖിയും എല്ലാംതന്നെ കൃഷിയുമായി ബന്ധപ്പെട്ട ഉത്സവങ്ങളായിത്തീരുന്നത് എങ്ങനെയെന്ന് സാമാന്യം വിശദമായിത്തന്നെ ഈ അദ്ധ്യായത്തിൽ വിവരിച്ചിട്ടുണ്ട്. പിറന്ന നാടിന്റെ സ്വാതന്ത്ര്യത്തിനുവേണ്ടി പോരാടിയ, യുദ്ധംചെയ്യുന്ന സിംഹം എന്ന് ഗ്രന്ഥകാരൻ വിശേഷിപ്പിക്കുന്ന ഉദ്ദംസിങ്ങിന്റെ കഥ നമുക്കീ അദ്ധ്യായത്തിൽ വായിക്കാം.

പൂരോത്സവം അത്യുത്തരകേരളത്തിന്റെ മാത്രം ഒരനുഷ്ഠാനകലാരൂപമാണ്. ചില പ്രത്യേക സമുദായങ്ങളിൽ പെട്ടവർ മാത്രമാണ് അവരുടെ ദേവതാസ്ഥാനങ്ങളിലും കാവുകളിലും പൂരോത്സവം നടത്താറുള്ളത്. മറ്റു സമുദായങ്ങളിൽ പെട്ടവർ സ്വന്തം തറവാടുകളിലോ വീടുകളിലോ ആണ് മീനമാസത്തിലെ ഈ പൂരോത്സവം കൊണ്ടാടുന്നത്. സ്ത്രീകളുടെമാത്രം ഉത്സവമായ പൂരോത്സവത്തിൽ പൂരക്കളിയും മറത്തുകളിയും പുരുഷന്മാരാണ് അവതരിപ്പിച്ചു പോരുന്നത്. മദനോത്സവംതന്നെയാണ് പൂരോത്സവം. വസന്തോത്സവത്തിന് തൊട്ടുമുമ്പ് ആഘോഷിക്കുന്ന പൂരോത്സവം കാർഷികപ്രവൃത്തികൾക്ക് സമൂഹത്തെ സന്നദ്ധമാക്കുന്ന പ്രകൃതിയുടെ വികൃതിയിൽ അധിഷ്ഠിതമായ ഒരു ഉർവ്വരതോത്സവംതന്നെ. ഈ ഉർവ്വരതോത്സവത്തിന്റെ കാണാപ്പുറങ്ങളാണ് ഗ്രന്ഥകാരൻ അവസാനത്തെ അദ്ധ്യായത്തിൽ വിവരിച്ചിട്ടുള്ളത്.

"പൂരം ഒരേ സമയം ഒരു മണ്ണുത്സവവും പെണ്ണുത്സവവും. മണ്ണും പെണ്ണും ഒന്നുതന്നെ. മകാരം പകാരത്തിന്റെ പഞ്ചമം. മണ്ണ് പെണ്ണിനേക്കാൾ മസൃണം" എന്നിങ്ങനെ മറ്റുത്സവങ്ങളെ അപേക്ഷിച്ച് പൂരോത്സവത്തിന് കൃഷിയുമായുള്ള ബന്ധം ശ്രീ പവിത്രൻ വ്യക്തമാക്കിത്തരുന്നു. ഒരേ സമയം പൂരോത്സവം ഉല്പാദനോത്സവവും പ്രത്യുല്പാദനോത്സവവും ആണെന്ന് ഗ്രന്ഥകാരൻ യുക്തിയുക്തം സമർത്ഥിക്കുന്നുണ്ട്. പെൺകുഞ്ഞില്ലാതെ, മങ്ങലക്കുഞ്ഞുങ്ങളില്ലാതെ പൂരോത്സവം ഒരുത്സവമേ ആവുന്നില്ല. മീനം പൂരം എന്നീ രണ്ടുവാക്കുകൾ ഉല്പാദന പ്രക്രിയയുമായി ബന്ധപ്പെട്ടവയാണ്. പൂരോത്സവത്തിന് പൂവിടാൻ ഉപയോഗിക്കുന്ന

പൂക്കളുടെ പ്രത്യേകതകളും, പൂരടയുടെ, അർത്ഥാന്തരങ്ങളും കാമനെ യാത്രയാക്കുന്നതിന്റെ വൈകാരികതയും ഈ അദ്ധ്യായത്തിലെ വിജ്ഞാനപ്രദങ്ങളായ പ്രതിപാദനങ്ങളാണ്. കാർഷികമനസ്സുള്ള ഒരു സാമൂഹ്യ മുത്തശ്ശി തൊണ്ടയിടറിക്കൊണ്ട് ഇങ്ങനെ പാടും:- "നേരത്തേ കാലത്തേ ബെരണേ കാമാ, ഇനിയത്തെ കൊല്ലോം ബെരണേ കാമാ..." എന്നു വായനക്കാരെ കേൾപ്പിക്കാൻ ഈ അദ്ധ്യായത്തിലൂടെ ഗ്രന്ഥകാരന് സാധിച്ചിട്ടുണ്ട്.

ശ്രീ.കെ.പവിത്രന്റെ കാർഷഭാരതസംസ്കാരത്തിന്റെ പ്രത്യേകതകൾ വായനക്കാർക്ക് പകർന്ന് കൊടുക്കുന്ന ഏറെ വ്യതിരിക്തമായ ഈ പുസ്തകം ഉള്ളടക്കത്തിലെ പലമകൾ കൊണ്ട് ഏറെ ആകർഷകമാണ്. ഗ്രന്ഥകാരന്റെ ഗദ്യരചനാശൈലി പ്രത്യേക പരാമർശമർഹിക്കുന്നു. ഗദ്യം കവീനാം നികഷം വദന്തി-കവിത്വത്തിന്റെ ഉരകല്ലാണ് ഗദ്യരചന-എന്ന് ഭാരതീയ കാവ്യമീമീംസ. ഇത്തരമൊരു ഗദ്യരചനാവൈഭവം കാച്ചിക്കുറുക്കിയ വാചകങ്ങളിലൂടെ, അവയിൽനിന്ന് അർത്ഥ പ്രപഞ്ചത്തിന്റെ വിരിയലിലൂടെ, വിമർശനാത്മകതയിലൂടെ ഈ ഗ്രന്ഥകാരന് സാധിച്ചിരിക്കുന്നു. പല വാക്കുകൾക്കും ഗ്രന്ഥകാരൻ കൊടുത്തിരിക്കുന്ന അർത്ഥവിവരണം ആസ്വാദ്യവും യുക്തിസഹവുമാണ്. പ്രകൃതിയുടെ പക്ഷത്ത് നിന്നുകൊണ്ട് മനുഷ്യമൃഗത്തെക്കുറിച്ചും, ദേശീയവരൾച്ചയുറപ്പുപദ്ധതിയെ കുറിച്ചും യുദ്ധക്കെടുതികളെക്കുറിച്ചും പലയിടങ്ങളിലും ഗ്രന്ഥകാരൻ വിമർശിച്ചിട്ടുള്ളത് സാമൂഹ്യ ജീവിയായ മനുഷ്യന്റെ കണ്ണു തുറപ്പിക്കേണ്ടതാണ്. ജയ്കിസാൻ എന്നാണ് നാം ഉയർത്തിപ്പിടിക്കേണ്ട മുദ്രാവാക്യമെന്ന് ഗ്രന്ഥകാരൻ ബോധ്യപ്പെടുത്തുന്നുണ്ട്. വാക്കുകൾക്ക് പുറകെ അർത്ഥപ്രപഞ്ചത്തെ കണ്ടെത്താൻ ആസ്വാദകരെ അടിമുടി പ്രേരിപ്പിക്കുന്ന ശ്രീ.കെ.പവിത്രന്റെ ഈ രചന ഏറെ ചർച്ചകൾക്ക് വിധേയമാവുമെന്നും കൃഷിയും കാർഷികോത്സവങ്ങളും നമ്മുടെ സംസ്കാരത്തെ മുന്നോട്ടുനയിക്കാൻ പ്രേരകമാവും എന്നും പ്രത്യാശിച്ചുകൊണ്ട് ഈ പുസ്തകം വായനക്കാരുടെ കൈകളിൽ സമർപ്പിക്കുന്നു.

"പതിരെല്ലാം തൂറ്റി നീ
പാറ്റുകിലൊരുമണി
പുതിയതാം നാളത്തെ വിത്തുകാണാം"-

വി.വി.കെ.

"ഉഴവർ തൻ കൈകൾ
മുടങ്ങിയാലൂണില്ല
നിലയില്ല സന്യാസിമാർക്കും"- തിരുക്കുറൾ

ചെറുകുന്ന്
05.04.2022

അധ്യായം-1

നെൽക്കൃഷിയുടെ ജീവിതദർശനം

ഉണ്ടോ പുരുഷൻ പ്രകൃതിയെ വേറിട്ട്
രണ്ടുമൊന്നത്രേ വിചാരിച്ചു കാൺകിലോ

1. നെല്ലും സീതയും

തന്നെക്കൂടാതെ ഒരു കാട്ജീവിതം നയിക്കാൻ ഒരുമ്പെടുന്ന രാമനോട് സീത ഉന്നയിക്കുന്ന ഒരു പ്രശ്നമാണിത്. അവന്റെ രണ്ടെന്ന ഇണ്ടൽ മാറ്റേണ്ടതുണ്ടല്ലോ. സ്ത്രീ, ശക്തിയും പ്രകൃതിയുമാകുന്നു. നന്നായി സൃഷ്ടിക്കപ്പെട്ടവൾ എന്നാണ് പ്രകൃതിശബ്ദത്തിന്റെ ധാത്വർഥം. പ്രകൃതിയെ പരിത്യജിച്ച് പുരുഷന്, മനുഷ്യന്, മനുഷ്യരാശിയ്ക്ക് നിലനിൽപ്പില്ലെന്ന് ഈ മണ്ണിന്റെയും ഒരു കർഷകന്റെയും മോളായ സീതയ്ക്കറിയാം. മൊളയിൽ നിന്നാവാം മോളെന്ന വാക്ക് മൊളച്ചത്. നെല്ലും ഒരു ഭൂസുത. മറ്റൊരു സീത. നോക്കൂ: നെലം-നെൽ-നെല്ല്. നല്ല തായയ്ക്കും തന്തയ്ക്കും പെറന്ന നല്ലോരു മോള്. മകം പെറന്ന മങ്ക. ഐശ്വര്യദേവത. പൊലിയെന്ന വാക്കിന് നെല്ലെന്നും സമൃദ്ധിയെന്നും പൊരുൾ. അതെ; അരിയുണ്ടെങ്കിലേ ശ്രീയുള്ളൂ.

മണ്ണാകുന്നവൻ എന്നർത്ഥമുള്ള മർത്ത്യനും മരിക്കുന്നത് എന്ന സാരം വരുന്ന മരമൃഗങ്ങളും സീതാസമം മണ്ണിൽനിന്ന് വരുന്നു, മണ്ണിലേയ്ക്ക് മടങ്ങുന്നു. ക്ഷതമില്ലെന്ന ഭാവമുള്ള നക്ഷത്രവിത്തുകൾക്കും പ്രപഞ്ചത്തിനുതന്നെയുമുണ്ടാകും, പഞ്ചത്വവും പുനരുജ്ജീവനവും . മനുഷ്യനില്ലെങ്കിലും കാലകർഷകൻ കൃഷിനടത്തും. എന്നാൽ ആ അനുഭവത്തെ ഒരനുഭൂതിയാക്കിമാറ്റാൻ മനുഷ്യനേ കഴിയൂ; കലപ്പകൊണ്ട് കലസൃഷ്ടിക്കാൻ. അത്, ഉർവിയെമാത്രമല്ല ഉള്ളിനെയും നിർവൃതികൊള്ളിക്കും.

2. നെല്ലും ബുദ്ധനും

നമ്മുടെ വിഷയം ജീവിതദർശനം. ദർശനമെന്നാൽ ഉൾക്കാഴ്ച-ദീർ

ഘലവീക്ഷണം. വിശ്വദാർശനികരിൽ സമശീർഷരില്ലാത്ത ശ്രീബുദ്ധനു മുണ്ട് നെല്ലുമായി നല്ലൊരു ബന്ധം. ജനകൻ, ശുദ്ധോദനൻ. നല്ല ചോറുണ്ണുന്നവൻ എന്നർത്ഥം. മികച്ച ഒരു നെൽക്കർഷകൻ എന്ന് ചുരുക്കം. ജനനിയോ പ്രകൃതിയുടെ പ്രതിരൂപമായ മായാദേവി. മൈഥിലിയുടെ നേരാങ്ങളതന്നെ തഥാഗതൻ. ഇരുവരും കാരുണ്യസ്വരൂപർ. തീർത്തും കാർഷികമത്രെ ഇന്ത്യയുടെ ദേശീയപഞ്ചാംഗമായ ശകവർഷം. അതിന്റെ ബൗദ്ധബന്ധം പ്രകടം. ശാകം-സസ്യവർഗം. ശ്രീബുദ്ധൻ-ശാകവംശജൻ. ധർമ്മരശ്മി ചൊരിയുന്ന ശാക്യജിനദേവൻ. കർഷകമിത്രൻ.

ആധുനികദർശനങ്ങളുടെയെല്ലാം കാതൽ പ്രകൃതിയെക്കുറിച്ചുള്ള കരുതൽ. കല, ശാസ്ത്രം, സാഹിത്യം, രാഷ്ട്രീയം, അങ്ങനെ എന്തുമാകട്ടെ, പാരിസ്ഥിതികപരിപ്രേക്ഷ്യമില്ലെങ്കിൽ അവയെല്ലാം അപ്രസക്തം. വികസനത്തിന്റെ പേരിലാണല്ലോ ഒട്ടുമിക്ക വിധ്വംസകപ്രവർത്തനങ്ങളുടെയും അരങ്ങേറ്റം. ഓർക്കുക, കേൻസറും ഒരുതരം വികസനം. ചില കോശങ്ങളുടെ അമിതമായ വളർച്ചയാണല്ലോ അർബുദം. അത് വലിയൊരു സംഖ്യയെ കുറിക്കുന്ന ഒരു പദം-10 കോടി. വൻ വളർച്ചയുടെ, വികസനത്തിന്റെ പ്രതീകം. ലോകമിന്നു നേരിടുന്ന പല ദുരിതങ്ങളുടെയും നിദാനം, വികസനത്തിന്റെ പേരിൽ നാം ഭൂമിയോട് കാട്ടുന്ന കൊടുംക്രൂരതകളാണെന്ന് ഒട്ടുമിക്ക ചിന്തകരും ശാസ്ത്രജ്ഞരും. ഗാന്ധിജി മാത്രമല്ല കേവലരാഷ്ട്രീയക്കാരെന്നു മുദ്രകുത്തപ്പെട്ട മാർക്സും ഏംഗൽസുമൊക്കെ ഇതു പലതും മുൻകൂട്ടി കണ്ടിരുന്നു. മതിയായ മുന്നറിയിപ്പുകളും തന്നിരുന്നു. നാമതൊന്നും വകവെച്ചില്ല. ഇന്നത്തെ ദുരവസ്ഥയിൽനിന്ന് ദുരന്തത്തിലേയ്ക്ക് ദൂരമധികമില്ലെന്നോർക്കുക.

3. പ്രകൃതിയും സംസ്കൃതിയും

എന്നാൽ അന്ധമായ പ്രകൃത്യാരാധനകൊണ്ട് ഒരു കാര്യവുമില്ല. കൃഷിയാണ് പ്രകൃതിയെ സംസ്കൃതിയാക്കുന്നത്. ഇതിൽ ഭക്ഷ്യധാന്യക്കൃഷിയ്ക്ക് വിശേഷിച്ച് നെൽവിളയ്ക്കുള്ള സ്ഥാനം അതുല്യം. ഇത് ലോകജനതയിൽ മുന്നിൽ രണ്ടോളം വരുന്നവരുടെ മുഖ്യാഹാരമാണ് അരി എന്നതുകൊണ്ട് മാത്രമല്ല. മറ്റു പല മാനങ്ങളും നെല്ലിനുണ്ട്. സംസ്കൃതിയുടെ അന്ത:സത്ത വൈവിധ്യം. വയലും ചുറ്റുപാടും ബഹുവിളകളുടെ ഒരു കളിയിടം. അതൊരു ജൈവസമുച്ചയം. ഒരുമയും പലമും ഒന്നിക്കുന്ന ഒരു ജനായത്തസ്വരൂപം. നെൽക്കൃഷി ഒരു കൃഷിരീതിയ്ക്കുപരി ഒരു ജീവിതരീതി.

4. നെല്ലളം

ഈ നാട് സൃഷ്ടിച്ചത് മഴുവേന്തിയ രാമനല്ല. കൊഴുവുന്തിയ കോമനാണ്. തെങ്ങ്-തേങ്ങ ഇവയുമായും കേരളശബ്ദത്തിന് ഒരു ചാർച്ചയുമില്ല. ഇവിടം കേരളമല്ല. നെല്ലളമായിരുന്നു. എത്രയെത്ര നെൽസ്ഥലങ്ങൾ! അരിയിൽ, അരിവിളഞ്ഞ പൊയിൽ, അന്നൂർ, ഉഴവൂർ, കതിരൂർ, നെല്ലളം, നെല്ലിയോട്, ഞാത്തിൽ, വയലാ, വയലാർ. ഒരു ജില്ലയുടെ പേരേ വയൽനാട്. പുരപ്പേരുകളിലും കാണാം, വയലുകളേറെ. തൽക്കാലം പേരുകേട്ട ഒന്നുമാത്രം. വയൽവാരം.

എവിടെത്തിരിഞ്ഞൊന്ന് നോക്കിയാലു-
മവിടെല്ലാം നെൽവയലായിരുന്നു.

5. കുരുക്ഷേത്രം

നമ്മുടെ ദേശത്തിനുണ്ടായിരുന്ന ക്ഷേത്രമെന്ന പരികല്പന വയൽസമൃദ്ധിയുടെ സൂചന. ക്ഷേത്രമെന്നാൽ വയൽ. (ത്രാണനംചെയ്യുന്നത് എന്നർത്ഥം. വിശപ്പിൽനിന്ന് രക്ഷിക്കുന്നത്. ഇല്ല ദാരിദ്ര്യാർത്തിയോളം വലുതായിട്ടോരാർത്തിയും എന്നാണല്ലോ.) മറ്റർത്ഥാനർത്ഥങ്ങൾ പിന്നീട് വന്നവ. വയലളവത്രെ ക്ഷേത്രഗണിതം. ജ്യോമെട്രി. നമുക്കിനി വേണ്ടത് കാർഷികാർത്ഥത്തിലുള്ള ക്ഷേത്രസംരക്ഷണസമിതികൾ. നാമിനി കുനിയേണ്ടത് ഈ മഹാക്ഷേത്രങ്ങൾക്കുമുന്നിൽ.

കുരുക്ഷേത്രത്തിന് കൃഷിചെയ്യുന്ന വയൽപ്രദേശമെന്നർത്ഥം. അത് ഹരിയാനയിലല്ല, അരിയാനയിൽ. കൗരവരെന്നാൽ കാർമ്മികർ. കർഷകർ. നൂറല്ല, നൂറ്റൊന്ന് മേനി വിളഞ്ഞ ഒരു വയലമ്മയുടെ മക്കൾ. പഞ്ചവർ അഞ്ചു വിരലുകളുടെ പ്രതിനിധികൾ. കൗരവപാണ്ഡവകർഷകസഹോദരങ്ങളെ തമ്മിലടിപ്പിച്ച് കൊല്ലിച്ച് രസിച്ചവർക്കെതിരെ പാടങ്ങളുടെ പ്രതിരൂപമായ യുദ്ധാരിയമ്മ വിരൽ ചൂണ്ടിയത് നമ്മുടെ കാർഷികസമൃദ്ധി യുദ്ധഭ്രാന്തിൽ ഒടുങ്ങാതിരിക്കാൻ. “കൊല്ലിക്കയത്രേ നിനക്കു രസമെടോ”. ആ ചൂണ്ടുവിരൽ നീണ്ടുവരുന്നത് ആരുടെയൊക്കെ നേർക്കായിരിക്കും?

ഇന്ത്യയെന്ന കുരുക്ഷേത്രം ധാന്യധർമ്മങ്ങൾ ഒന്നിച്ച് വിളഞ്ഞിരുന്ന വലിയൊരു വയലേല. കഷ്ടമെന്ന് പറയട്ടെ, നമ്മുടെ ഒരു ചിന്തകൻ ചൂണ്ടിക്കാട്ടിയതുമാതിരി ജീവിതത്തിനാവശ്യമില്ലാത്ത രണ്ട് കാര്യങ്ങൾ, (അകാര്യങ്ങൾ) ചെയ്യുന്നവരെയാണ് നാം അഗ്രിമസ്ഥാനത്ത് പ്രതിഷ്ഠിച്ചത്. ഹോമവും യുദ്ധവും നടത്തുന്നവരെ. ഹോമം ഹിംസയാണ്. യുദ്ധം ഹീനവുമാണ്. യാഗമല്ല, ഹോമമല്ല, യുദ്ധമല്ല കൃഷിയാണ് കർ

മ്മം, കൃഷിയാണ് ധർമ്മം. യുദ്ധം ചെയ്യാതിരിക്കുന്നതും മഹത്തായ കർമ്മം മഹത്തായ ധർമ്മം. അത് ക്ലൈബ്യമല്ല, സ്ഥൈര്യമാണ്. ഞാൻ യുദ്ധം ചെയ്യില്ല, കൃഷിചെയ്യാം എന്നാവാം സവ്യസാചിയായ അർജ്ജുനന്റെ നിലപാട്. ഇരുകൈകൊണ്ടും ഒരുപോലെ പണിയെടുക്കാൻ കഴിയുന്നവനാണ് സവ്യസാചി. ആവൻ ക്ഷേത്രജ്ഞനാകുന്നത് നല്ല കൃഷിയറിവുള്ളവൻ, കാർഷികശാസ്ത്രജ്ഞൻ എന്ന അർത്ഥത്തിൽ. ക്ഷേത്രം ശരീരവുമാകുന്നു.

6. കാർഷഭാരതസംസ്കാരം

പ്രസ്തുത കർമ്മങ്ങളിലൂടെ നമ്മുടെ ചോറും തലച്ചോറും വികസിച്ചു. ഒപ്പം ഭാഷയും. ധാന്യങ്ങൾ ബാക്കിവന്നതോടെ നേരങ്ങളും ബാക്കിവന്നു. കലയും ശാസ്ത്രവും സംഗീതവും സാഹിത്യവും വളർന്നുവന്നു. അത് വലിയൊരു ഗവേഷണവിഷയം. ഏതായാലും കർഷകർ സൃഷ്ടിച്ചത് എന്ന അർത്ഥത്തിൽ കാർഷമാണ് നമ്മുടെ സംസ്കാരം. കാർഷഭാരതസംസ്കാരം. നമ്മുടെ രാഷ്ട്രീയപ്പാർട്ടികളുടെയെല്ലാം ചിന്നം വിളിയടയാളങ്ങൾ കാർഷികമായിരുന്നല്ലോ. അവരതുപേക്ഷിച്ചെങ്കിൽ അവർ കൃഷിയേയും ഉപേക്ഷിച്ചെന്നാണർത്ഥം. ഇന്ത്യൻസ്വാതന്ത്ര്യവും ഒരു കാർഷികോല്പന്നം. അതിന്റെ മേനി ഏറ്റെടുത്തത് മറ്റ് പലരുമാണെന്നത് മറ്റൊരു കാര്യം. ആ വിടുതലൈപ്പോരാട്ടം തുടങ്ങിയതും അത് പ്രോജ്വലിപ്പിച്ചതും ആദിമനിവാസികൾ ഉൾപ്പെടെയുള്ള അടിത്തട്ടിലുള്ള കർഷകർ. കാരണം സ്വാതന്ത്ര്യമില്ലാതെ കൃഷിയില്ല. കൃഷിപോലൊരു സ്വച്ഛന്ദവൃത്തി വേറെയില്ല. ഈ ഉലകത്തിൽ രണ്ട് തരമാളുകളേ ഉള്ളൂവെന്ന്, മഹാകവി തിരുവള്ളുവർ. ഉഴുതുണ്ണുന്നവരും തൊഴുതുണ്ണുന്നവരും. കർഷകരാണ് യഥാർത്ഥത്തിൽ ജീവിക്കുന്നത്. മറ്റുള്ളവർ ജീവിക്കുന്നെന്ന് പറയാമെന്നു മാത്രം.

അരിയുടെ കാര്യത്തിൽ മറ്റുചില സംസ്ഥാനങ്ങളെപ്പോലെതന്നെ മലയാളക്കരയും സ്വയംപര്യാപ്തമല്ലല്ലോ. പിന്നെന്തിനാണ് നെൽക്കൃഷിയെക്കുറിച്ചിത്ര ബേജാറ് എന്ന് ചിലർ ചോദിക്കാറുണ്ട്. വയൽ = നെല്ല്. ഇങ്ങനെ വയലിനെ നെല്ലിൽമാത്രം ഒതുക്കിയതുകൊണ്ടാണ് ഇ ച്ചോദ്യം. ഒന്നങ്ങോട്ട് ചോദിച്ചോട്ടെ, പ്രാണവായുവിന്റെയും കുടിനീരിന്റെയും കാര്യത്തിൽ നാം സ്വയംപര്യാപ്തരായിരുന്നില്ലേ? എന്നിട്ടെന്തായി? കൊറോണക്കാലത്ത് ഖത്തറിൽനിന്നല്ലേ ഇവിടേയ്ക്ക് ഓക്സിജൻ കൊണ്ടുവന്നത്? ഇനി കുടിനീരും 'മറുനാടു'കളിൽനിന്നുതന്നെ ഇറക്കേണ്ടിവരാം. അതിന്, ഓക്സിജൻ ജിഹാദ്, വാട്ടർ ജിഹാദ് എന്നൊ

ക്കെ പഴികൾ കേൾക്കേണ്ടിവരുമോ ആവോ?

കൃഷിയും വയലും നിലനിർത്തണമെന്നു പറയുന്നത് കേവലമായ കാർഷികഭക്തികൊണ്ടല്ല. ഭക്തർ എന്നതിന് ചോറിനാഗ്രഹിക്കുന്നവർ എന്ന അർത്ഥമുണ്ടെന്നതും ഓർക്കുക. മഹത്തും ബൃഹത്തുമായ ഒരാ വാസവ്യവസ്ഥയത്രെ നെൽക്കൃഷി. കാട് മുതൽ കടലുവരെയുള്ള ഈ സാകല്യത്തെ ഒരു വയലധിഷ്ഠിതസമ്പദ്‌വ്യവസ്ഥ എന്നു വിളിക്കാം. Field Centred Economy ഇതിന്റെ പൂർവ്വരൂപമത്രെ ഐന്തിണ. കുറിഞ്ചിമുതൽ നെയ്തൽവരെയുള്ള സംഘകാലസാമൂഹികസാമ്പത്തിക ഭൂഘടന.

7. ഓ.ടി.എമ്മുകൾ

വയലുകൾ കേവലം അന്നദാതാക്കളല്ല. ഉയിരിന്നാധാരമായ മറ്റു രണ്ടുപാധികൾകൂടി അവർ തരുന്നു. പ്രാണകണവും ജീവകണികയും. ശുദ്ധവായുവിന്റെ വറുതിയാണല്ലോ കൊറോണയുടെ മൂർധന്യകാലത്ത് ലോകത്തെ ഒരു വെന്റിലേറ്ററാക്കിയത്. കാടും കടലുമെന്നതുപോലെ പാടവും പരിസരവും പ്രാണവായുവിന്റെ ഉറവിടങ്ങൾ. ആമസോൺ പോലെ അവ നമ്മുടെ പ്രാണസോണുകൾ. അവിടങ്ങളിലെ വൈവിധ്യമാർന്ന സസ്യജനുസ്സുകൾ പ്രകൃതിയുടെ സൗജന്യ ഓക്സികിറ്റുകൾ. യഥാർത്ഥ ഓക്സിജൻപ്ലാന്റുകൾ പ്ലാന്റുകളാണല്ലോ. ചെടികൾ, കാടുകൾ, മേടുകൾ. അവയൊക്കെ മുച്ചൂടും മുടിച്ച് പകരം പണപ്ലാന്റുകൾ പണിയുകയാണ് നാം. വിളക്കുകളെല്ലാം തച്ചുടച്ച്, കാണിക്കയിട്ട് പ്രാർത്ഥന; വെളിച്ചമേ നയിച്ചാലും! പണംകൊടുത്ത് പ്രാണവായു. റേഷൻകടയിലൂടെ ഓക്സിജൻ സിലിണ്ടർ. നാട്ടിൻപുറങ്ങളിലും ഓട്ടീഎമ്മുകൾ. (ഒ.ടി.എം. ഓക്സിജൻ ടെല്ലർ മെഷീൻ) ഇതാ ആ സുവർണയുഗം വരവായി. ഇതിൽപ്പരമെന്ത് വികസനം? ഇതിൽപ്പരമെന്ത് ആത്മനിർഭരം? മത്താടിക്കൊൾകഭിമാനമേ നീ!.

8. ഉയിർനീർ

പ്രപഞ്ചസ്രഷ്ടാവിന്റെ ആദ്യസൃഷ്ടിയെന്ന് വാഴ്ത്തപ്പെടുന്ന നീരിന്റെ കാര്യത്തിൽ അനുഗൃഹീതരാണല്ലോ നാം. മലയാളം 'മഴയാള'മായിരുന്നു. മണ്ണിൽ പെയ്തിറങ്ങുന്ന മഹാമാരിയിൽ, ഇടയ്ക്കൊന്ന് പറയട്ടെ, ഈ വാക്ക് നാമിന്നങ്ങേയറ്റം വികൃതമാക്കിയിരിക്കുന്നു. മഹാമാരിയെന്നാൽ മഹത്തായ മഴയെന്നായിരുന്നു പൊരുൾ. ഈ അണ്ഡകടാഹത്തിലെ ഏറ്റവും വലിയ അത്ഭുതവും അനുഗ്രഹവുമാണല്ലോ മഴ. അത് എടവപ്പാതിയിലൂടെ. എടവമെന്നാൽ ഋഷഭം-കാള. വിത്ത്കാള. പ

രമശിവൻ, കാലപുരുഷൻ മാത്രമല്ല കാളപുരുഷനുമാകുന്നു. വിത്തിന്റെ ദേവൻ. മേത്തരം വിത്തുകളുടെ കസ്റ്റോഡിയൻ. ശിവലിംഗം = പുല്ലിംഗം. മീനമെന്നാൽ മീൻതന്നെ. സ്ത്രീലിംഗപ്രതീകം. കാമദേവന്റെ കൊടിയടയാളം. മിഥുനം=യുവമിഥുനം. മണ്ണും വിണ്ണും.

മഴയാകട്ടെ ആകാശകർഷകൻ ഭൂകന്യകയുമായി നടത്തുന്ന ഘനഗംഭീരമായ മദനോത്സവം. വിത്തുവിതയാഘോഷം. ഇന്നത്തെ നീർമണികൾ, നാളത്തെ നെന്മണികൾ. കർഷകരുടെ കൺമണികൾ. ഉർവിയുടെ ഉയിർമണികൾ. ഇടിയും മഴയും കൂടിയാൽ വിളവും കൂടും. മഴയളവ് നോക്കിയാണ് അവധിവ്യാപാരത്തിലെ വിളവിലനിർണ്ണയം. മഴയാണ് വിള. വിളയാണ് വില. വിളയില്ലെങ്കിൽ ഒന്നിനും വിലയില്ല.ധാന്യമാണ് ധനം-അന്നും ഇന്നും. ഇക്കോളജിയും ഇക്കോണമിയും തമ്മിൽ അടുത്ത ബന്ധം. മനുഷ്യനൊഴികെയുള്ള സകല ജീവജാലങ്ങൾക്കും മഴ ഒരമൃതോത്സവം. ആ മഹോത്സവത്തെ ബീഭത്സമാക്കുന്നത് ചിലരുടെ കുത്സിതവൃത്തികൾ.

ആവർത്തിക്കട്ടെ, പെയ്തിറങ്ങുന്ന മഹാമാരി പരമാവധി സംഭരിച്ച് ചതുപ്പുകളെയും തോടുകളെയും കുളങ്ങളെയും കിണറുകളെയും സദാ ആർദ്രമാക്കിയിരുന്നത് വയലുകൾ. കണ്ടത്തിലെ വെള്ളം ചവുട്ടിയിൽ എലിപ്പനി പിടിക്കുമെന്ന പനിപ്പേടിപരത്തുന്ന ഒരു നാട്ടിൽ എങ്ങനെയാണ് അന്നം വിളയുക? നേരാംവണ്ണം മഴപെയ്യുക? ദുരിതമാരി പെയ്യാതിരിക്കുക? മീതൈൻ, നൈട്രസ് ഓക്സൈഡ്, കാർബൺഡയോക്സൈഡ് തുടങ്ങിയ പച്ചപ്പുരവാതകങ്ങൾ വമിക്കുന്ന ഭയാനകസത്വങ്ങളാണ് നെൽവയലുകൾ എന്ന പ്രചരണം നടക്കുന്നിടത്ത്നിന്ന് പ്രാണവായു പ്രാണനുംകൊണ്ട് പലായനം ചെയ്തില്ലെങ്കിലല്ലേ അത്ഭുതപ്പെടേണ്ടൂ?

വയലുകൾ വേണ്ട, ഫയലുകൾ മതി എന്ന നവദൈവരാജ്യത്തിന്റെ വീഥിയൊരുക്കലായിരുന്നു അത്. ഈ സ്റ്റെയ്റ്റിനെ ഒരു എസ്സ്റ്റെയ്റ്റാക്കിമാറ്റുന്നതിന്റെ മണിമുഴക്കം. അതോടെ.

കണ്ടുകണ്ടങ്ങിരിക്കുന്ന കണ്ടങ്ങൾ

കണ്ടില്ലെന്നു വരുത്തുന്നു യന്ത്രങ്ങൾ. ഒട്ടും വൈകാതെ നാം സീതയെമാതിരി നെല്ലിനെയും നാടുകടത്തും. നെല്ലും വയലും ഓർമ്മയിൽ നിന്നുപോലും ഡിലീറ്റ്ചെയ്യപ്പെടും. പരിസരം സ്വഭാവത്തെ സ്വാധീനിക്കുമല്ലോ. നനവാർന്ന വയലുകൾ ഇല്ലാതാകുന്നതുകൊണ്ടാണ് നമ്മിൽ ആർദ്രതയ്ക്കുപകരം ക്രൂരത കയറിക്കൂടുന്നത്. ഗ്രാമതാപനവും ഈഗോളതാപനവും കൂടിവരുന്നത്. ഇതേഗതിയാണെങ്കിൽ ഇനി

യിവിടെ നീർമഴയല്ല തീമഴയാകും തിമർക്കുക. കുമ്മർച്ച പൊറുക്കാനാകാതെയുള്ള പ്രകൃതിയുടെ വിയർപ്പൊഴുക്കലാണീ അകാലമഴ. ഇത്തരമൊരവസ്ഥ ഇതിനുമുമ്പുണ്ടായിട്ടില്ല. ശ്രൂയതേ നചദൃശ്യതേ. പണ്ടൊക്കെ വേനൽമഴയൊന്ന് ചാറിയാൽത്തന്നെ ആ ദിവസം മുഴുവൻ നല്ലൊരു കുളിരുണ്ടാകും. സുഖമായി കിടന്നുറങ്ങാം. ഇപ്പോഴോ, പുറത്ത് മഴ തിമർക്കുമ്പോഴും അകത്ത് ചൂട് കുമിയുകയാണ്. ഉപ്പുവെള്ളം കുടിച്ചാലെന്നതുമാതിരി ആർത്തി കൂടിക്കൂടിവരികയാണ്.

നന്നായി മഴപെയ്താൽ നല്ലോണം മഞ്ഞും ഉണ്ടാകുമല്ലോ. എന്നാൽ മഴ കൂടിയിട്ടും മഞ്ഞില്ല. മഞ്ഞുകാലമേയില്ല. ഇപ്പോൾ ഋതുസംഹാര (പരിവർത്തന) മില്ല. സർവ്വസംഹാരം മാത്രം. ശീതം തഴച്ചൊരു ഹേമന്തകാലമോ? അതെന്താണ്? തൂമഞ്ഞിൻ മുലക്കച്ചയണിഞ്ഞു നിൽക്കുന്ന തിരുവാതിരപ്പെണ്ണും മൂടൽമഞ്ഞാൽ മുണ്ടുടുത്തുവരുന്ന മകരമാസച്ചെക്കനും ഇനി പഴങ്കവിതകളിൽമാത്രം. മഞ്ഞില്ലാതാകുന്നത് രണ്ടാംവിളയായ പുഞ്ചയെ മാത്രമല്ല മറ്റെല്ലാ ശീതകാലവിളകളെയും ബാധിക്കും. ചക്കയും മാങ്ങയും നേരാംവണ്ണം ഉണ്ടാകില്ല. മഞ്ഞിൽ വിരിയുന്ന പൂക്കളാണല്ലോ അവയെല്ലാം. തണുത്തുറഞ്ഞിരുന്ന രാജ്യങ്ങളും ഭൂപ്രദേശങ്ങളും അത്യുഷ്ണത്തിൽ എരിപൊരികൊള്ളുകയാണ്. അതിന്റെ ഭവിഷ്യത്ത് വിവരണാതീതമായിരിക്കും. അതുകൂടാതെ അവിടങ്ങളിലൊക്കെ കാട്ടുതീയും നാട്ടുതീയും സർവ്വസാധാരണമായിരിക്കുകയാണ്. ഇവിടെയും തഥൈവ. ഇനി പേടിക്കേണ്ടത് മഴയെയല്ല തീയെയാണ്. പട്ടണങ്ങളിൽ തീപിടുത്തം പതിവായിരിക്കയാണല്ലോ. അന്തരീക്ഷത്തിൽ ഈർപ്പമില്ല. വെയിലൊന്നടിച്ചാൽത്തന്നെ മണ്ണ് വറ്റിവരണ്ടുപോകുന്നു. മേൽമണ്ണിന്റെ വിനാശമാണിതിന്റെ കാരണം. മണ്ണിന്റെ തലയാകുന്നു മേൽമണ്ണ്. അത് സംരക്ഷിക്കാൻ ചെടികൾക്കും വള്ളിപ്പടർപ്പുകൾക്കും മാത്രമേ ആകൂ.

9. നീരളം

നെല്ലളം മാതിരി കേരളം നീരളവുമായിരുന്നു. വിസ്താരഭയത്താൽ ഒരുദാഹരണം മാത്രം. കണ്ണൂർ. കാനത്തൂരിൽനിന്ന് ഉരുത്തിരിഞ്ഞതാകാം ഈ പേര്. കണ്ണൂർ പട്ടണത്തിനടുത്ത് കാനത്തൂരെന്ന ഒരിടമുണ്ട്. കാന, കാനം, കാനൽ എന്നിവ നീരിടങ്ങളെ കുറിക്കുന്ന നാടൻപദങ്ങൾ. ഇവയുടെ ഊര് കാനത്തൂര്. അത് ചുരുങ്ങി കണ്ണൂര്. സായിപ്പനിത് വഴങ്ങാത്തതിനാൽ അടിച്ചുപരത്തി കേനനൂര്. പള്ളിക്കുന്ന്, എടച്ചേരി താവക്കര, ചെറക്കൽ, നീർച്ചാൽ തുടങ്ങിയ അയൽജലസ്ഥലങ്ങൾ ഇ

തിന്റെ സാക്ഷ്യപത്രങ്ങൾ. കണ്ണൂർ നെല്ലൂരുമായിരുന്നുവെന്ന് അരിവിള ഞ്ഞിരുന്ന ഗ്രാമഗ്രാമാന്തരങ്ങൾ ഇന്ന് വേദനയോടെ അയവിറക്കുന്നു. പിന്നീട് വന്നവയത്രെ, കണ്ണൂരിലെ തറിയും തിറയും. തിറയ്ക്ക് നെല്ലു മായി ഒരാത്മബന്ധം. അതൊടുവിൽപ്പറയാം.

നേരത്തേ നാം കണ്ട നെൽസ്ഥലങ്ങളേക്കാൾ വരും മലയാളക്കരയി ലെ നീർസ്ഥലങ്ങൾ. ഇന്നവയിൽ പേരിലേ നീരുള്ളൂ. നേരിൽ ഇല്ല. ഏരി, ചേരി, ഒഴുക്ക്, കര, കാട്, കുളം, കുനി, കുന്ന്, കുനിയിൽ, കൊവ്വൽ, പറമ്പ്, പുറം, മല, വയൽ തുടങ്ങിയ വാക്കുകളിൽ അവസാനിക്കു ന്ന സ്ഥലങ്ങൾ ജലസ്ഥലികളായിരിക്കും. മലയാളക്കരയിൽ അവ പ തിനായിരത്തിൽപ്പരം വരും. അവ വായനക്കാർ പൂരിപ്പിക്കണമെന്നപേ ക്ഷ. അത് നെല്ലില്ലാതാകുന്നതിന്റെ ഒരന്വേഷണവുമാകും.

വാൽക്കഷ്ണം: 'നീ'ളയെ നാം 'നിള'യാക്കി. ഒടുലിൽ നിലവുമാക്കി. ലളയോരഭേദഃ

10. മാമലകൾക്കിപ്പുറത്ത്

അടുത്തത് കുന്നുകൾ. കുന്നുകളില്ലെങ്കിൽ വയലുകളില്ല. മലയാള നാടേ ഇല്ല. സാന്ദർഭികമായി സൂചിപ്പിക്കട്ടെ, മലകളുടെ അളം എന്ന അർത്ഥത്തിലുള്ള ആ ഊരിൻപേര് ഉപേക്ഷിക്കരുതായിരുന്നു. മലയാ ളം. അതിനെന്തൊരു ചന്തം! ഔചിത്യം!. മാമലകളുടെ സ്മാരകമാ യെങ്കിലും ആ പേര് നിലനിർത്തണമായിരുന്നു. ഭൂമിയിലെ ഏറ്റവും വ ലിയ ജലസ്രോതസ്സുകളാകുന്നു, കുന്നുകളും മലകളും. പതിവ് പല്ലവി പോലെ അരുവികളും കുളങ്ങളുമൊന്നുമല്ല ജലസ്രോതസ്സുകൾ. അവ ജലാശയങ്ങൾ. സ്രോതസ്സെന്നാൽ ഉറവ. അതൊന്നൂടെ കുറുകി ഒറു. ഈ കുന്നൊറുവും ഒറവകളുമാണ് കടലുൾപ്പെടെയുള്ള സകല ജലാ ശയങ്ങളുടെയും പ്രഭവകേന്ദ്രം. Resource Centre. Resource, സ്രോ തസ്സ് എന്നീ വാക്കുകളുടെ അർത്ഥവും ഉച്ചാരണവും തുല്യം.

എന്നാൽ മൊട്ടക്കുന്നുകൾക്ക് നീരാഗിരണശേഷിയില്ല. എസ്റ്റേറ്റ് കു ന്നുകൾക്ക് അതൊട്ടുമില്ല. അവ നാടിനെ നീരൂട്ടില്ല. നാടിന്റെ നീരൂറ്റും. അവ രക്തരക്ഷസ്സുകൾ. മഴക്കുഴികളും തഥൈവ. മഴക്കുഴികൾ ചതി ക്കുഴികൾ. കാട്പിടിച്ച കുന്നുകൾ മാത്രമേ തണ്ണീർ പിടിച്ചു നിർത്തൂ. പാറക്കെട്ടുകൾ മാത്രമേ ഉൾത്തണ്ണീർ കെട്ടിപ്പിടിക്കൂ. അവയില്ലെങ്കിൽ.

> ഒരു ചെറുമഴയെങ്ങാൻ വന്നുപോയാൽ
> തുരുതുരെ ഉരുൾപൊട്ടലായി പിന്നെ.

അങ്ങനെ പൊട്ടിയൊലിക്കുന്ന ചോരനീരിന് നിൽക്കാൻ വയലുകളി

ല്ല. ഒഴുകാൻ തോടുകളില്ല. തോടുകൾ നാടിന്റെ നാഡികൾ. ജീവനാഡികൾ. ജലചംക്രമണം നിലച്ച ആ ദുരവസ്ഥയെയാണ് നാം പ്രളയമെന്നു വിളിച്ചവഹേളിച്ചത്. പ്രളയമെന്നാൽ നന്നായി ലയിക്കൽ എന്നാണർത്ഥം. തന്റെ വയൽവയറ്റിൽ കുടുങ്ങിക്കിടക്കുന്ന നാനാതരം പ്ലാസ്റ്റിക്കുകൾ, രാസവിഷങ്ങൾ തുടങ്ങിയ അലേയമാലിന്യങ്ങളെ പുറന്തള്ളാനുള്ള പ്രകൃതിയുടെ ഒരു മരണവെപ്രാളമായിരുന്നു 2018 മുതൽ 2021 വരെ നാലാണ്ട് തുടർച്ചയായി നാം കണ്ട വെള്ളക്കെട്ടുകൾ. ആലങ്കാരികമായി പ്രളയം. വൈദ്യഭാഷയിൽ എനിമ, വിരേചനം. രണ്ടർത്ഥത്തിലും അതൊരു സൊലൂഷൻ. പെട്ടിമലയിലും പുത്തൂർ മലയിലും മുത്തപ്പൻ മലയിലും കൂടക്കല്ലിലും മറ്റും മറ്റും എണ്ണമറ്റ എസ്റ്റേറ്റ്ലായനിവാസികൾ മണ്ണടിഞ്ഞത് മണ്ണിടിഞ്ഞിട്ടാണ്. പ്രളയം കൊണ്ടല്ല. മലമേലേ പ്രളയമോ? 2020 ലെ ഉരുൾപൊട്ടലിൽ പച്ചചീവനോടെ മണ്ണിലാണ്ട പത്തെഴുപത് പഞ്ചമരിൽ അഞ്ചാറുപേരെ ഇനിയും കണ്ടുകിട്ടിയില്ല എന്നോർക്കുക. പരേതാത്മാവുകൾ വെള്ളപ്രളയം സഹിക്കും. കള്ളപ്രളയമോ? ആ പാവങ്ങൾ ചത്തതല്ല. അവരെ നാം കൊന്നതാണ്. എന്നിട്ട് പ്രതിയാക്കപ്പെട്ടതോ പ്രളയം, പ്രകൃതി ആഗോളതാപനം!

11. കാടും കടലും

മഴയൊന്നുനിന്നു പെയ്താൽ പ്രളയം. മഴയൊന്ന് നിന്നുപോയാൽ വരൾച്ച. എന്തേ? കുന്നുകളുടെ തകർച്ച. കുന്നില്ലെങ്കിൽ കാടില്ല. കാടില്ലെങ്കിൽ കടലുമില്ല. വനമെന്ന വാക്കിന് ജലമെന്നുകൂടി അർത്ഥം വന്നത് യാദൃച്ഛികമല്ല. കാടിന്റെ ദ്രവരൂപം കടൽ. കടലിന്റെ ഖരാവസ്ഥ കാടും. കാട് പരന്നാൽ കടൽ. കടലൊതുങ്ങിയാൽ കാട്. അക്ഷരത്തിലും മാത്രയിലും അവ തുല്യം. കാട്=കടൽ. ഇതൊരു കാവ്യകല്പനയല്ല. ശാസ്ത്രസത്യം. കാട്ടുകുന്നുകളുടെ ഉയരമാണ് കടലുകളുടെ ആഴം. നമ്മൾ ഒരു മീറ്റർ കാട് കൈയേറിയാൽ കടൽ ഒരു മീറ്റർ കരയും കൈയേറും. ഉറപ്പ്. എന്ന് പഠനങ്ങൾ. കാട് തകർത്ത് കടൽഭിത്തി കെട്ടിയാൽ കടലത് തകർക്കും-തീർച്ച. കടലിന്റെ കരളാണ് കാട്. അടങ്ങുകില്ലോമനേ അടങ്ങുകില്ല!

ഇടയ്ക്ക് ഇതുമായി ബന്ധപ്പെട്ട ഒരു കാര്യം പറയട്ടെ. സാഗർമാതായെന്നായിരുന്നു ഹിമാലയത്തിന്റെ യഥാർത്ഥ പേര്. നേപ്പാളിലും മറ്റും ഇപ്പോഴും അങ്ങനെയേ പറയൂ. സാഗർമാതാ. സാഗരങ്ങളുടെ മാതാവ്. നോക്കൂ! പുഴകളുടെയെന്നല്ല കടലുകളുടെയും അമ്മയാണ് മലകൾ. മാമലകൾ എന്ന നമ്മുടെ ഭാഷയിലെ പ്രയോഗം എത്ര ഉചിതം! ഏറ്റ

വും വലിയ കൊടിമുടിയ്ക്ക് ഒരു സായിപ്പന്റെ പേരിട്ടത് അങ്ങേയറ്റം തെറ്റ്. എവറസ്റ്റ്. നമുക്ക് വീണ്ടെടുക്കേണ്ടിയിരിക്കുന്നു നമ്മുടെ സാഗ തർമാതായെ. ഇത്തരം പേരുമാറ്റങ്ങൾ വ്യാപകമായി കാണാം. അവ ച രിത്രസത്യത്തോട് ചെയ്യുന്ന നീതികേടാണെന്ന് സാന്ദർഭികമായി സൂ ചിപ്പിക്കട്ടെ.

മലകളാണ് ധരയെ വസുന്ധരയാക്കുന്നത്. അവളെ സുജലയും സു ഫലയും സുഖദയും വരദയുമൊക്കെയാക്കുന്നത്. നദീതടസംസ്കാരങ്ങ ളൊക്കെ കുന്നുകളുടെ താഴ്‌വാരങ്ങളിൽ. അവിടങ്ങൾ കൃഷിയുടെയും സംസ്കൃതിയുടെയും ഈറ്റില്ലങ്ങൾ. കൾച്ചർ എന്ന വാക്കിന് ആ രണ്ടർ ത്ഥവും കൈവന്നതങ്ങനെ. സിന്ധു-ശബ്ദത്തിന് പുഴയെന്നും പൊരു ളുണ്ട്. അങ്ങനെ ഉലകത്തിലെ ആദിമസംസ്കാരങ്ങളെല്ലാം സിന്ധുന ദീതടസംസ്കാരങ്ങൾ. അവ ജന്തുനദീതടസംസ്കാരങ്ങൾകൂടിയാണെ ന്നു കാണാം. കാരണം മലകളെ മലകളും വയലുകളെ വയലുകളും മ നുഷ്യരെ മനുഷ്യരുമാക്കുന്നതിൽ കാട്ടുജന്തുക്കൾക്കുമുണ്ട് രണ്ടാമത ല്ലാത്ത ഒരു സ്ഥാനം. നാൽക്കാലികളില്ലെങ്കിൽ ഇരുകാലികളുമില്ല. എ ന്നാൽ ആ ബോധമൊന്നും നമുക്കിന്നില്ല. നമ്മുടെ തീറ്റയ്ക്ക് കൂട്ടും ഉറ ക്കത്തിന് കാവലും നായയായിരുന്നു. അവൻ മനുഷ്യനെ ഇത്രവരെ ന യിച്ചവൻ. യഥാർത്ഥ നായകൻ. നായകനെ മുറിച്ച് നാം നായയാക്കി. ന മുക്കിന്നതിനെ കണ്ടുകൂടാ. മനുഷ്യനെപ്പോലെ ഇത്രയും നന്ദികെട്ട മ റ്റേതൊരു ജന്തുവുണ്ട് ഇന്ത ഇലകത്തിൽ?

12. ക്ഷുദ്രജീവികൾ

നമ്മൾ കാടാക്രമണം നടത്തിയിട്ടാണല്ലോ മൃഗങ്ങൾ നാടാക്രമണം നടത്തുന്നതായി ചിത്രീകരിക്കുന്നത്. Man Animal Conflict ആയി വ്യാ ഖ്യാനിക്കുന്നത്. അവയ്ക്ക് വോട്ടില്ല നോട്ടില്ല. തിന്നാൻ പറ്റുന്ന ഒരു പ ത്രമോ നീരൊഴുകുന്ന ഒരു ചാനലോ (കനാൽ) ഇല്ല. പട്ടയം പോയിട്ട് ഒ രു പട്ടപോലും കിട്ടാനില്ല. അതിനാൽ എന്തുമവരോട് കാട്ടാമല്ലോ. പ്ര കൃതിയുടെ അപൂർവ്വസുന്ദരസൃഷ്ടികളായ ആനകളോട് നാം കാട്ടുന്ന ക്രൂരത ഒന്നുമാത്രംമതി നാം എത്ര ഭീകരരാണെന്ന് ലോകത്തിന് ബോ ധ്യമാകാൻ. ജനാധിപത്യമെന്ന് വാക്ക്തന്നെ അടിസ്ഥാനപരമായി പെ ശക്. കാരണം ഒന്നിന്റെയും ആധിപത്യം ഈ ഉലകം അംഗീകരിക്കു ന്നില്ല. We the people of India യിലെ We യിൽ കാട്ടുമൃഗങ്ങളും ഉൾ പ്പെടും. മനുഷ്യനാണ് എല്ലാറ്റിന്റെയും 'ഉടമസ്ഥൻ' (ഇതേ പേരിലുള്ള വിനോയ് തോമസിന്റെ ഒരു കഥയുണ്ട്) എന്നും അവന് തിന്നുകൊഴു

ക്കാനുള്ളതാണ് സകലചരാചരങ്ങളെന്നും അവന് പെറ്റുപെരുകി നിറക്കാനുള്ളതാണ് ഈ ഭൂമിയെന്നും ഉള്ള ആ പഴയനിയമം എന്നേ നാം ഒഴിവാക്കേണ്ടതായിരുന്നു! കാട് കാടർക്കും നാട് നാടർക്കുമെന്ന പുതിയ നിയമമാവണം ഇനി ലോകഭരണഘടന. വന്ദനാശിവയുടെ ശൈലിയിൽ പറഞ്ഞാൽ ഭൂജനായത്തം. (Earth Democracy).

വാൽക്കഷ്ണം: കാട്ടുമൃഗങ്ങളെ ക്ഷുദ്രജീവികളായി കണക്കാക്കിക്കിട്ടാൻ പാടുപെടുകയാണല്ലോ നാം. എങ്കിലേ യഥേഷ്ടം വെടിവെച്ച് അവയുടെ വംശനാശം വരുത്താനാവൂ. ഒരെളിയസംശയം: ക്ഷുദ്രജീവികളിൽ കാനനവാസരായ ആദിമനിവാസികളും പെടില്ലേ? അവറ്റകളാണല്ലോ നമ്മുടെ ഏറ്റവും വലിയ ശത്രുക്കൾ! അന്നമോ കുടിനീരോ കിട്ടാതെ ഇക്കൂട്ടർ നാട്ടിലിറങ്ങിയാൽ അതിന് വനവാസിയാക്രമണം എന്ന് നമ്മുടെ മാധ്യമങ്ങൾ ആക്രോശിക്കും! ഭീകരരായി മുദ്രകുത്തി വെടിവെച്ചുകൊല്ലും.

13. ചാകര

പക്ഷിമൃഗാദികളുടെ (ക്ഷുദ്രജീവികളുടെ) കാഷ്ഠങ്ങളും അവശിഷ്ടങ്ങളുമാണ് തൊടികളെയും പറമ്പുകളെയും പാടങ്ങളെയും ഫലഭൂയിഷ്ടങ്ങളാക്കുന്നത്. കടൽമീനുകൾക്കടക്കം തീറ്റയാകുന്നത്. പായലുകൾക്കും ആഹാരമാകുന്നത്. പുതുമഴയത്തൊഴുകിയെത്തുന്ന ആ വിശിഷ്ടാവശിഷ്ടങ്ങളെ ആഹരിക്കാനുള്ള മീനുകളുടെ ത്വരയാകുന്നു ചാകര. ചെരിഞ്ഞ തടങ്ങളിലൂടെ ഒഴുകിയെത്തുന്ന ചരം(എക്കൽ) എന്നതിൽനിന്ന് ചാകരയെന്ന വാക്ക്. ചാകര അവരുടെ മധുവിധുകൂടിയാകുന്നു. പ്രസവകാലവും. ട്രോളിംഗ് നിരോധനത്തിന്റെ നിദാനമിതത്രെ. നാട്ടിൻപുറങ്ങളിലെ കണ്ടങ്ങളിലും തോടുകളിലുമുണ്ടായിരുന്നു ചാകര. വയൽച്ചാകര. നാടൻ മീനുകളുടെ മങ്ങലംകളി. ചങ്ങ്ലിയും പുല്ലനും കയറുക എന്നാണ് അതിന് ചിലേടങ്ങളിൽ പറഞ്ഞിരുന്നത്. അതെല്ലാം ഇന്ന് ഓർമ്മകളിൽപ്പോലുമില്ലാതായി. മീൻശോഷണത്തിന്റെ കാരണം വനശോഷണം. പലതരം മീൻവർഗങ്ങളുടെയും വംശനാശത്തിനു ഹേതു പലതരം സസ്യയിനങ്ങളുടെയും വംശനാശം. (കടലും കടലാടിയും തമ്മിൽ ബന്ധമില്ലെന്ന ചൊല്ല് പതിരാണെന്നു വരുന്നു.) മീൻപിടിക്ക് പകരം വന്ന മത്സ്യബന്ധനവും മീനറുതിയ്ക്ക് ആക്കംകൂട്ടി. മീനില്ലാതാകുന്നതിന്റെ ഫലമായുണ്ടാകുന്ന ഭക്ഷ്യസുരക്ഷാപ്രശ്നം രൂക്ഷമായിരിക്കും. ഭക്ഷ്യസുരക്ഷ എന്നാൽ ധാന്യസുരക്ഷ മാത്രമല്ല. സത്യത്തിൽ എന്നുമെന്നും വേണം, ട്രോളിംഗ് നിരോധനം. കാരണം മീൻവംശം

കുറ്റിയറ്റുപോകുകയാണ്. അതിനാൽ ഇനിമുതൽ മത്സ്യബന്ധനം വേണ്ട. മീൻ പിടുത്തം മതി. ചോറും പച്ചക്കറികളും പോരാ. മീനും നമുക്കനിവാര്യം. നീലക്കടലിൽ മീൻ വേണമെങ്കിൽ കറുത്ത കാട്ടിൽ മൃഗങ്ങളും വേണം. നെല്ലുപോലെ മീനും മലയജങ്ങൾ, മലഞ്ചരക്കുകൾ .

14. രക്തരത്നാകരം

പ്രകൃതിയുടെ തണ്ണീർപ്പത്തായങ്ങളാകുന്നു കുന്നുകളും മലകളും. സമത്വസംസ്ഥാപനാർഥായ കുന്നിടിച്ച് വയൽ നികത്തുമ്പോൾ നാം ഒറ്റയടിയ്ക്ക് തകർക്കുന്നത് രണ്ട് ജലസംഭരണികൾ. തണ്ണീർക്കുടങ്ങളും തണ്ണീർത്തടങ്ങളും. മാമലകൾ നാടമ്മയുടെ മാറിടങ്ങൾ. പേരിലും രൂപഭാവങ്ങളിലും അവ സമാനം.

സമുദ്രവസനേദേവീ
പർവതസ്തനമണ്ഡിതേ!

ഒരമ്മയ്ക്ക് ഒരു സമയം തന്റെ ഒരു കുഞ്ഞിനെ മാത്രമേ അമ്മിഞ്ഞയൂട്ടേണ്ടൂ. നാടമ്മയ്ക്കാകട്ടെ, തന്റെ സർവ്വചരാചരസന്തതികളെയും സർവദാ അമൃതൂട്ടേണ്ടിയിരിക്കുന്നു. ആ അമൃതകുംഭങ്ങൾ തകർക്കപ്പെട്ടാൽ ഈ നങ്ങേലിയമ്മ തൽക്ഷണം വിറങ്ങലിച്ച് വീഴും. പിന്നെ നമ്മളുണ്ടോ? രാമായണം ഒരു രക്തരത്നാകരമായിമാറാനുള്ള കാരണം ഒരു വനദേവതയുടെ സ്തനഭേദനവും ഒരു കാനനകന്യകയുടെ മാറിടച്ഛേദനവുമാണെന്ന വസ്തുത നമുക്ക് മറക്കാതിരിക്കാം.

വെറുതെയല്ല ധർമ്മശാസ്താവായ അയ്യപ്പൻ മുതൽ ഉത്തരമലയാളത്തിലെ പറശ്ശിനി മുത്തപ്പൻവരെയുള്ള മിക്കദേവതകളും തെയ്യങ്ങളും മാമലകളുടെ അധിനായകരായത്. അധിനായക ജയഹേ! കുന്നുകാവൽ, ഊരുകാവൽ. മുത്തപ്പന്റെ വെള്ളാട്ടം കെട്ടുമ്പോൾ മലകീക്കൽ എന്നൊരു ചടങ്ങുണ്ട്. ആ കാരുണ്യസ്വരൂപനെ മലയിൽനിന്ന് ആനയിച്ചുകൊണ്ടുവരൽ. കൗതുകമാർന്ന ഒരു കാര്യം, ഈ ദേവതകളൊക്കെ വയലുകളുടെയും വിളകളുടെയും കന്നുകാലികളുടെയും കാവലാളുകൾ. അതൊരു വലിയ വിഷയം. ഒന്നുമാത്രം ഒന്നോടിച്ചുനോക്കാം.

15. ചമരിമല

അയ്യപ്പന്റെ ആസ്ഥാനം ചമരിമല. (ചാമരം പോൽ വാലുള്ള മാനുകളുടെ മലയാകുന്നു ചമരിമല. ഹിമാലയം മറ്റൊരു ചമരിമല. അവിടെയുമുണ്ട് ചമരികൾ. അവ തലങ്ങും വിലങ്ങും വിഹരിച്ച് തങ്ങളുടെ 'സഞ്ചാരിണീ' വാലുകളാൽ ഗിരിരാജാവിന്ന് ചാമരം വീശുന്നതായി കുമാരസംഭവം). അയ്യനെന്നാൽ അഞ്ചിന്ദ്രിയങ്ങളെയും ജയിച്ചവനും പഞ്ച

ശീലതത്വങ്ങളുടെ ആചാര്യനും. ആചാര്യനെ ശാസിതാവെന്നും പറയും. അത് ചുരുങ്ങി ശാസ്താവ്. പിന്നെ ചാത്തൻ. (മലയരയുടെ പ്രതിനിധി കൂടിയാകുന്നു അയ്യപ്പൻ.) ശാസ്താവിന്റെ ധർമ്മം ചമരിമലയുൾപ്പെടുന്ന പശ്ചിമഘട്ടനിരകളുടെ സംരക്ഷണം. അത് പശ്ചിമഘട്ടത്തെ ഘട്ടംഘട്ടമായി വെട്ടിവിഴുങ്ങാനുള്ള സമിതികളുടെ സംരക്ഷണമല്ല. കേവലമൊരു മലയുടെ പേരുമല്ലത്. ദ്രാവിഡദേശത്തെയാകെ പൊതിഞ്ഞുനിൽക്കുന്ന ഒരാവാസവ്യവസ്ഥയുടെ മറുപേര്. ദക്ഷിണസ്യാം ദിശിയുടെ ആസ്തി. ആ ആസ്തിയെ അസ്ഥിമാത്രശേഷമാകാതെ കാക്കേണ്ടത് നമ്മുടെ ധർമ്മം. കുട്ടനാട് നെല്ലറയാകുന്നത് ചമരിമല അവിടെ ഉള്ളതിനാൽ. ആ മാമല നശിച്ചാൽ ഈ നെല്ലറ കല്ലറയായി മാറും. ഇവിടം ചുടുകാടായിത്തീരും.

അതിനാലാണ് അവിടെ പെണ്ണുങ്ങളെക്കൂടി കയറ്റുകല്ല ആണുങ്ങളുടെ പോക്കുതന്നെ കുറക്കുകയാണ് വേണ്ടത്, എന്ന് കവി സുഗതകുമാരി പറഞ്ഞത്. അത് തുല്യതയുടെ പ്രശ്നമല്ല. അതുല്യമായ ഒരു ജൈവസ്വരൂപത്തിന്റെ നിലനില്പിന്റെ പ്രശ്നമാണ്. സത്യം ചെലപ്പോൾ കേവലയുക്തിയ്ക്കതീതമായിരിക്കും. നമ്മുടെ ഹ്രസ്വദൃഷ്ടിയ്ക്കത് ഗോചരമാവില്ല. ദീർഘദൃഷ്ടിയ്ക്കൊട്ടുമാവില്ല. വേണ്ടത് ദീർഘദർശനം! ചമരിമലദർശനം എന്ന് പറയുന്നതിന്റെ പൊരുളിതാകുന്നു. ആ ദർശനം അവിടെപ്പോകാതെതന്നെ സാധ്യമാകും, ആകണം. ദീർഘദർശനമെന്നാൽ അതുകൂടിയാകുന്നു. പെണ്മയെ ആദരവോടെമാത്രം പരിഗണിക്കുന്ന ജൈനബൗദ്ധദർശനങ്ങൾ പെൺവിവേചനം കാട്ടുകയോ? ഒരിക്കലുമില്ല. 'സ്നേഹമൂലമമലേ തഴഞ്ഞുഞാൻ!'

16. പൊങ്ങൽ

തമിഴ് മക്കളുടെ ജീവിതോത്സവമായ പൊങ്കൽ രണ്ടാം വിളയെടുപ്പിന്റെ പൊങ്ങൽ. അതായത് അങ്ങേയറ്റത്തെ ആഹ്ലാദം. അത് ചമരിമലയോളം പൊങ്ങുന്നു. അതാണ് മകരവിളക്ക്. വിളക്ക് തിരി=മൊളച്ചുവരുന്ന ഒരു പയർമണി. കാർഷികവിളയുടെ ഒരു പ്രതിനിധി. തൊഴുകൈയോടെ പിറവി. എന്തൊരെളിമ! മലയാളരാജ്യം മുതൽ തെലുങ്കുദേശം വരെയുള്ള ദ്രാവിഡജനതയുടെ ഏറ്റവും വലിയ കാർഷികോത്സവമാകുന്നു മകരവിളക്കെന്ന പൊങ്ങൽ. തൈകൾക്കായി തൈപ്പൊങ്ങൽ. മാടുകൾക്കായി മാട്ടുപ്പൊങ്ങൽ. ആളുകൾക്കായി കാണുംപൊങ്ങൽ. ഇങ്ങനെ തമിഴ് സഹോദരങ്ങൾക്ക് മൂന്നുതരം പൊങ്ങൽ. മലയാളിയ്ക്ക് പൊങ്ങലേ ഇല്ല! പറശ്ശിനിമുത്തപ്പന്റെ അരിങ്ങാടെന്ന പ്രസാദം ഒരുത

രം പൊങ്ങലാണെന്നു പറയാം. വേവിച്ച പയറും കറകളയാത്ത തേങ്ങാപ്പൂളും. അതൊന്നാംതരം ഒരാഹാരചേരുവ. പണ്ട് കൂടെ മീനുമുണ്ടായിരുന്നു.

ഇത്തരം മിത്തുകൾ എന്തിനാണിങ്ങനെ എഴുന്നള്ളിക്കുന്നത്, എന്ന് പലർക്കും തോന്നാം. Without uncovering the past, then there is no discovery of the present. ഇന്നലകളെ അനാവരണം ചെയ്യാതെ ഇന്നിനെ കണ്ടെത്താനാവില്ല. (ചിന്തകനായ ജോർജ് ലൂക്കാസ്) കടമ്മനിട്ടക്കവിതകളുടെ ഒരു പഠനത്തിൽ നിരൂപകനായ നരേന്ദ്രപ്രസാദ് (അതെ, സിനിമാ നടനായ നരേന്ദ്രപ്രസാദ്തന്നെ) പറയുന്നതിങ്ങനെ: മിത്തുകളും അനുഷ്ഠാനങ്ങളും യാഥാസ്ഥിതികർക്കുള്ളതല്ല. അവ സജീവമാകുന്നത് നിശ്ചലതയ്ക്കെതിരെ കാഹളം മുഴക്കുമ്പോഴാണ്. ഇന്നലെകളില്ലെങ്കിൽ ഇന്നും നാളെയുമില്ല. അഥവാ ഇന്നലെകൾ മാത്രമാണല്ലോ ഉള്ളത്.

17. തെയ്യങ്ങൾ

ഒടുവിൽ നടേ സൂചിപ്പിച്ച തെയ്യക്കാര്യംകൂടി. തെയ്യങ്ങൾ ഉർവ്വരതയുടെ ഉത്സവങ്ങൾ. കരിഞ്ചാമുണ്ടി, കണ്ണങ്കാട്ട് പോതി, കുറത്തിയമ്മ, നാഗപ്പോതി, മലക്കാരി, മലങ്കുറത്തി, മലങ്കുറവൻ, പൂലിന്റെ കീഴിലമ്മ എന്ന ശ്രീകൂർമ്പപ്പോതി തുടങ്ങിയ അനേകം ദേവതകൾ നെൽവിളയുടെ കാവലാളുകൾ. നേരത്തെ നാം കണ്ട നാടിന്റെ നാഡികളായ തോടുകളെ കാത്തുപോരാനുമുണ്ട് ഒരു ദേവത. തോട്ടുങ്കരപ്പോതി. അതിശയം തോന്നുന്നു! മണിയറച്ചന്തു എന്നൊരാളെ വയൽ കാവലിനേൽപ്പിച്ചിട്ടാണ് കുറത്തിയമ്മ പോയി മറയുന്നത്. നോക്കൂ: നെൽവിള സംരക്ഷിക്കുന്നതിലുള്ള അവരുടെ ജാഗ്രത! ഇങ്ങനെ തെയ്യംതന്നെ വലിയൊരു കാർഷിക-പാരിസ്ഥിതിക വിഷയം.

18. വിരാമം

ഉടുക്കുന്ന തുണിയ്ക്കും കുടിക്കുന്ന കഞ്ഞിയ്ക്കും മുട്ടില്ലാതെ കരിച്ച് വാളുന്നേടത്ത് ഞാനുണ്ടല്ലോ എന്ന് വയൽക്കുറത്തിയമ്മ എന്ന കുഞ്ഞാർ കുറത്തിയമ്മ. കരിച്ച് വാളലെന്നാൽ പൊനംകൃഷി. ഹിമാലയം ഒരു ദേവതാത്മാവാണെന്ന കാളിദാസവചനത്തെക്കാൾ ജീവിതസ്പർശമുണ്ട്- തെയ്യങ്ങളുടെ ഇത്തരം വാചാലുകൾക്ക്. തേവർമലകൾ ടൂറിസ്റ്റ് കേന്ദ്രങ്ങളും നെൽവയലുകൾ അതിവേഗ 'പാതക'ങ്ങളും മറ്റും മറ്റുമാകുമ്പോൾ തെയ്യങ്ങൾ നോക്കുകുത്തികളും ആ ദേവതമാരുടെ വായ്വാക്കുകൾ പാഴ്വാക്കുകളുമാകും. എങ്കിലും ഒരു കാര്യംകൂടി ഉരിയാടട്ടെ. പരിസ്ഥിതിശാസ്

ത്രമെന്ന വാക്ക് മുളക്കുന്നതിനും എത്രയെത്രയോ മുന്നേയാണ് നമ്മുടെ പൂർവികരുടെ ഇത്തരം ദീർഘദർശനം. അതൊക്കെയോർക്കുമ്പോൾ കണ്ണ് നിറഞ്ഞുപോകുന്നു. തലകുനിഞ്ഞുപോകുന്നു. പ്രകൃതിയെ നിരാകരിച്ചുകൊണ്ടുള്ള ഒരു ജീവിതം സാധ്യമല്ല എന്ന സീതാദർശനംതന്നെയാണ് യഥാർത്ഥ അദ്വൈതം. ഇതല്ലാതെ മറ്റൊന്നുമല്ല നെൽക്കൃഷിയുടെ ജീവിതദർശനം.

അധ്യായം-2

പാടങ്ങളും ചുറ്റുപാടുകളും

1. അരി നമ്മുടെ അരി!

പ്രമേഹത്തിന്റെ കാര്യത്തിൽ ഇന്ത്യ ലോകത്തിന്റെയും കേരളം ഇന്ത്യയുടെയും തലസ്ഥാനങ്ങളാണെന്ന ഒരു പ്രചരണം പൊടിപൊടിക്കുന്നുണ്ടല്ലോ. മലയാളരാജ്യത്ത് നൂറ്റുക്ക് മുപ്പത്തഞ്ചുപേർ ആ രോഗികളാണെന്ന് ലോകപഞ്ചാരനാളായ നവംബർ 14 ന് ആകാശവാണിയിലൂടെ കേൾക്കാനിടയായി. അതിലെത്ര നേരുണ്ട്, മരുന്ന് കമ്പനിക്കാരുടെ വിരുതുണ്ട് എന്നൊന്നുമറിയില്ല. അതവിടെ നിൽക്കട്ടെ. പൻസാരരോഗം കൂടാൻ കാരണം അരിയുടെ ഉപയോഗമാണെന്ന ചിലരുടെ വാദമാണ് വിഷയം. ഒന്ന് ചോദിച്ചോട്ടെ, കൊറോണാദി പകർച്ചവ്യാധികളും അർബുദ-ഹൃദയ-രക്താതിമർദ്ദ-വൃക്ക-തൈറോയിഡ് രോഗങ്ങളും പിന്നെ മാനസികപ്രശ്നങ്ങളും (ഇവയൊക്കെ രോഗാണുരഹിത രോഗങ്ങൾ) കൂടിക്കൂടി വരികയാണല്ലോ. അതും അരികാരണമാണോ? അല്ലെന്ന് അരിയാഹാരം കഴിക്കുന്നവർക്കെല്ലാമറിയാം.

കവി കുഞ്ചന്റെ ഒരു കഥാപാത്രം ഒരു നാടൻ ചൊവവയോടെ ചോദിക്കുന്നത് പഴഞ്ചോറിനെക്കാൾ എന്തു വിശേഷമാടോ അമൃതിനുള്ളത് എന്നാണ്. നമ്മുടെ പഴയ കർഷകർ പലരും മുക്തകണ്ഠം അരിയാഹാരം കഴിച്ചിരുന്നു. തവിടരിയിൽ നമുക്കനിവാര്യമായ പല പോഷകങ്ങളും അടങ്ങിയിട്ടുണ്ടെന്ന് എല്ലാ വൈദ്യശാസ്ത്രശാഖകളും. വിദേശങ്ങളിലുള്ള ചില ആഹാരശാലകളിൽനിന്ന് മുഖ്യാഹാരത്തോടൊപ്പം ചെറിയൊരു പൊതിയും കിട്ടുമത്രെ. തവിടുപൊതി. അവർക്കറിയാം, അതിന്റെ മഹത്വം. തവിട്ചേർത്ത റൊട്ടിയും ബിസ്ക്കറ്റും മറ്റും അവിടങ്ങളിൽ സുലഭം. ഗൾഫിലും അവ യഥേഷ്ടം. എന്നാലിവിടെ മാളുകളിൽപ്പോലുമവയില്ല.

അരിയിൽ മാത്രമല്ല മറ്റെല്ലാ ധാന്യങ്ങളിലും ഏറിയോ കുറഞ്ഞോ തവിടുണ്ട്. കണ്ണൂർജില്ലയിലെ പറശ്ശിനിമുത്തപ്പന്റെ അരിങ്ങാടെന്ന പ്രസാദം പുഴുങ്ങിയ പയറും തേങ്ങാപ്പൂളും. കറകളയാത്ത തേങ്ങാപ്പൂള്. കേരറ്റ്, ബീട്രൂട്ട്, ഉരുളക്കിഴങ്ങ്, ചക്കരക്കേങ്ങ്, നിലക്കടല, എന്നിവയും കറകളയാതെ കഴിക്കുന്നതാണ് ബുദ്ധി. മണ്ണ് മാത്രം കളഞ്ഞാൽ മതി. കറ നല്ലതാണ്. എന്നാൽ പണ്ട് പച്ചക്കായ വറവാക്കുമ്പോൾ (ഉപ്പേരിക്കറി) അച്ചമ്മ ചുണ്ണാമ്പിട്ട് പലതവണ കഴുകുന്നത് കണ്ടിട്ടുണ്ട്. കറയും തവിടും വെളുപ്പല്ലാത്തതിനാൽ നമുക്ക് പിടിക്കില്ല. വെളുവെളുപ്പിലും പളപളപ്പിലുമാണല്ലോ നമ്മുടെ കണ്ണ്.

വെളുപ്പിനോടുള്ള നമ്മുടെ വിധേയത്വം ഭയാനകം. നെല്ല് കുത്തിക്കുത്തി വെളുപ്പിച്ചാലേ നമ്മുടെ പഴയ കാരണവന്മാർക്ക് പിടിക്കുമായിരുന്നുള്ളൂ. നെല്ലുമാത്രമല്ല അരിയും കുത്തണം. അവർക്കൊക്കെ വേണ്ടത് അരയന്നം നാണിക്കുന്ന മുഴുത്ത അന്നം. എരുമത്തൈര് തോൽക്കുന്ന വെളുത്ത ചോറ്. പത്രം വിസ്തൃതമത്ര 'തുമ്പമലർ' തോറ്റോടീടിനോരന്നവും........ എന്നു തുടങ്ങുന്ന ഒരു മുക്തകം ഓർമ്മയിലെത്തുന്നു.

തവിട് തിന്നാൽ ബുദ്ധിയുണ്ടാവില്ല എന്ന ചൊല്ല് നിലനിന്ന നാടാണിത്. ആ മനസ്ഥിതി ഇന്നും മാറിയിട്ടില്ല. അതിനേക്കാൾ രൂക്ഷമാണ് വർത്തമാനസ്ഥിതി. Double (Devil) filtered അരിയാണ് നമുക്ക് പഥ്യം. ഇതേ കാര്യംതന്നെയാണ് റൂസ്സോ പണ്ട് കലയെപ്പറ്റി പറഞ്ഞത്. Art is twice removed from the truth. സത്യത്തിൽനിന്ന് രണ്ട് തവണ നീക്കംചെയ്യപ്പെട്ടതാണ് കല.രണ്ട് തവണ നീക്കംചെയ്യലും രണ്ട് തവണ അരിച്ചെടുക്കലും ഫലത്തിൽ ഒന്നുതന്നെ. വല്ലാതെ പരിഷ്ക്കരിച്ച കല പെരുംനുണയാകുന്നു. വല്ലാതെ വെളുപ്പിച്ച അരി വിഷവുമാകുന്നു. ഇവിടെ ഒന്നോർക്കുക. വെളുപ്പിച്ചത് മാത്രമല്ല വെളുത്തുതന്നെ വിഷമാകുന്നു, പലതും. അരി ചിരി, പഞ്ചാര, മൈദ, ഉപ്പ്, സായ്പ്. ഷഡ്വിഷം!

2. പുക്കൻ

തവിട് തിന്നാൽ ബുദ്ധിയുണ്ടാവില്ലെന്നും മീശകുരുക്കില്ലെന്നുമുള്ള ചൊല്ലുകൾ നിലനൽക്കെ നമ്മുടെ നാട്ടുമ്പുറത്തെ പെണ്ണുങ്ങൾ നല്ലോണമതു കഴിച്ചിരുന്നു. അവർക്കതുരണ്ടും ആവശ്യമില്ലല്ലോ. ആദ്യത്തേത് വേണ്ടുവോളമുണ്ട്. രണ്ടാമത്തേത് വേണ്ടതാനും. കുത്തിയ ഉടനെ ചേറ്റിയെടുക്കുന്ന തവിടിന് രുചിയും ഗുണവും കൂടും. ചിലർക്ക് അതൊരു മറളാണ്. (മറള്-തിന്നാനുള്ള വല്ലാത്തത്വര) കൃഷിയുള്ള വീട്ടി

ലെ പെണ്ണുങ്ങൾ അത് ഇടയ്ക്കിടെ കഴിക്കും. പച്ചയ്ക്കും വേവിച്ചും. തവിടായും പുക്കനായും. കുച്ചരി, (നുറിയരി) തവിട്, കുളുത്തിൻവെള്ളം, അരിക്കാച്ചി, (അരികഴുകിയ തവിട് നീര്) എന്നിവ ചേർത്തുള്ള പുഴുക്കാണ് പുക്കൻ. അതൊന്നാന്തരമൊരു വൈറ്റമിൻ ബി. കോംപ്ലക്സ്. ഒരു ഫോക്‌ലോർപായസമെന്നുപറയാം. അതിന് മധുരമൊന്നും ചേർക്കില്ല. ഇളംപുളിയുണ്ടാകും. പരിഹാരമായി ബെല്ലമോ ചക്കരയോ കടിച്ചുകൂട്ടും; ഒരു ടച്ചിങ്സായി.

ആദ്യത്തെ ചൊല്ലിനെച്ചൊല്ലി ആണുങ്ങളും രണ്ടാമത്തേത് പേടിച്ച് ആൺകുട്ടികളും ഇതു തൊട്ടുനോക്കില്ല. (അതുമൊരു കോംപ്ലക്സ്). അങ്ങനെ അംഗനമാർക്ക് സ്വൈരമായി ആഹരിക്കാവുന്ന ഒരേയൊരു വിഭവമായിരുന്നു പുക്കൻ. എങ്ങനെയുണ്ട് പാത്തുമ്മയുടെ ആട് അഥവാ പെണ്ണുങ്ങളുടെ ബുദ്ധി! ഇതു പെണ്ണുങ്ങളെ കളിയാക്കുന്നതിനല്ല. അംഗബലമുള്ള പണ്ടത്തെ വീടുകളിൽ അംഗനമാരുടെ ആഹാരകാര്യം ദയനീയമായിരുന്നു. ഇത്തരം ലൊട്ടുലൊടുക്ക് വിദ്യകൾകൊണ്ടായിരുന്നു പാവങ്ങൾ പെണ്ണുങ്ങൾ ഒപ്പിച്ചുപോയിരുന്നത്.

3. ഒരു നാടോടിക്കഥ

പണ്ട് ഒരു തറവാട്ട്കാരണവർ പുറത്തെവിടെയോ പോയി വീട്ടിലെത്തിയപ്പോൾ അടുപ്പത്ത് ഒരു കലം കണ്ടു. എന്താഡോ എല്ലാരുംകൂടി വട്ടാക്ക്ന്നത്? ഒന്നൂല്ലമ്മോമാ. തുണിയെല്ലാം ബല്ലാണ്ട് ഈങ്ങീന്. അതെല്ലാമൊന്ന് പൂങ്ങി (പുഴുങ്ങി) അലക്കാമെന്നുവെച്ചു. പെണ്ണുങ്ങൾ പ്രതിവചിച്ചു. ഓ ശരി അതുനല്ലതുതന്നെ. ഇങ്ങനെ പറഞ്ഞ് കാരണവർ കൊട്ടിലകത്ത് പോയി എന്തോ ഒന്ന് കൈയിൽ ചുരുട്ടിപ്പിടിച്ച് പുറത്ത് വന്ന് നേരെ പോയി അടുപ്പത്തെ പാത്രത്തിന്റെ മൂടി നീക്കി അതിൽ അതിടുകയും ചെയ്തു. ഏതായാലും ന്ങ്ങ പൂങ്ങുന്നതല്ലേ. ഇതുകൂടി ഇരിക്കട്ടെ. ഇതും നല്ലോണം ഈങ്ങീന്. അടുപ്പത്ത് പുക്കനായിരുന്നു. കാരണവർ അതിലിട്ടത് തന്റെ കോണോനായിരുന്നു. (കോണകം). പരമദുഷ്ടരായ പണ്ടത്തെ ചില പടുകാരണവന്മാർ സ്ത്രീകളെ ഏതുവിധത്തിലായാലും ദ്രോഹിക്കുമെന്നതിന് തെളിവായി അച്ചമ്മഞങ്ങൾ കുട്ടികളോട് പറഞ്ഞ ഒരു വാങ്മയമാണിത്.

4. അരിജനങ്ങൾ (പൊലയർ)

'പൊലി'യിൽ നിന്നാണ് പൊലം, പൊലയൻ എന്നീ വാക്കുകൾ ഉടലെടുത്തത്. പൊലിയെന്നാൽ നെല്ലെന്നും സമൃദ്ധിയെന്നും അർഥം. താലപ്പൊലി=താലത്തിലെ പൊലി. പാത്രത്തിലെ നെല്ല്. പൊലിയോ

പൊലി! മകം പെറന്ന മങ്കയാകുന്നു നെല്ല്.. ഐശ്വര്യദേവത. പൊലമെന്നാൽ പൊലി വിളയുന്ന ഇടം. നെൽവയൽ. ശബ്ദതാരാവലിയിലും മറ്റും കാണുന്ന പോലെയും പലരും കരുതുന്നതുപോലെയും പുലമല്ല പൊലമാണ് വയൽ. പരിഷ്ക്കരിച്ച് ശുദ്ധമാക്കാൻ നോക്കിയതാണ് പ്രശ്നമായത്. പൊലം=വയൽ. പൊലി=നെല്ല്. വയൽ പുലമായിരുന്നെങ്കിൽ നെല്ല് പുലിയും താലപ്പൊലി താലപ്പുലിയുമായേനെ! അതിനാൽ പൊലം തന്നെയാണ് വയൽ. പൊലിതന്നെയാണ് നെല്ല്. വാമൊഴിയെ വരമൊഴിയാക്കിയപ്പോൾ അതിന്റെ തനിമയും വേരർഥവും നഷ്ടപ്പെട്ടുപോയി.

നമ്മെ ഉഴുതൂട്ടിയവർക്ക് പണ്ട്കാലത്ത് (ബ്രാഹ്മണ്യാധിനിവേശം പ്രബലമാകുന്നതിനുമുമ്പ്) ഇവിടെ നല്ല നിലയും വിലയുമുണ്ടായിരുന്നു. പൊലയർ എന്ന വാക്ക് പൂജകബഹുവചനമായും ഉപയോഗിച്ചിരുന്നു; ഏകവചനാർത്ഥത്തിലുള്ള ബഹുവചനരൂപം. ഗുരുക്കൾ, സ്വാമികൾ എന്നിവ പോലെ, പൊലയർ. ജ്ഞാനി ആദരണീയൻ എന്നൊക്കെ പൊലയപദത്തിന് പൊരുളുണ്ടായിരുന്നു. തമിഴിൽ അത് ഏറെക്കുറെ ഇന്നുമുണ്ട്.

ഗിരിജനങ്ങളും ഒന്നാന്തരം അരിജനങ്ങൾ. വയനാട്ടിലെ വിത്തുസംരക്ഷകനായ ബഹു: രാമൻ മൂപ്പർ അവരിലൊരാൾമാത്രം. അരിജനങ്ങൾ സത്യത്തിൽ ദൈവത്തിന്റെ മക്കളല്ല എല്ലാ മക്കളുടെയും ദൈവങ്ങളത്രെ. ദൈവങ്ങളുടെതന്നെ സ്രഷ്ടാക്കൾ. കാരണം വിശപ്പില്ലാതായാൽ മാത്രമല്ലേ ഈശ്വരചിന്തയിൽ മുഴുകാൻ കഴിയൂ. വിശക്കുന്നവനെന്തു ദൈവം? വിശപ്പ് ശമിപ്പിക്കുന്നത് അരിജനങ്ങളാണല്ലോ. ആ മഹാത്മാക്കളെ ഹരിജനങ്ങളെന്നു വിളിക്കുമ്പോൾ നാമവരെ സത്യത്തിൽ നിന്നും ചരിത്രത്തിൽനിന്നും ആട്ടിയോടിക്കുകയാണ്.

പൊലയശബ്ദം ഇന്നൊരസഭ്യം. തടവും പിഴയും കിട്ടാവുന്ന ഒരശ്ലീലം. നായിന്റ്മോനേ എന്ന വിളി പലരും ക്ഷമിച്ചെന്നിരിക്കും. എന്നാലത് പൊലേന്റെ മോനേ എന്നാണെങ്കിൽ ഏതുവാതരോഗിയും വടിയെടുക്കും. ജനം കൃഷിയിൽനിന്നകന്നതിന്റെ ഗവേഷണം ഇവിടങ്ങളിൽ നിന്നുവേണം തുടങ്ങാൻ. അതിനുള്ള ആദിമദത്തങ്ങൾ ചാതുർവർണ്യത്തിന്റെ മാനിഫെസ്റ്റോകളായ മനുവദ്ഗീതകളിൽനിന്ന് കിട്ടും. എത്ര നികൃഷ്ടമായിട്ടാണെന്നോ ആ 'മഹാ'ഗ്രന്ഥങ്ങൾ കറുത്തവരെ , കർഷകരെ, കായികാധ്വാനം ചെയ്യുന്നവരെ കണക്കാക്കിയിരുന്നത്! അഥവാ മനുഷ്യരായേ കണക്കാക്കാതിരുന്നത്. ഇന്നുമതിന് മൗലികമായ മാറ്റമൊന്നും വന്നിട്ടില്ല. കർഷകർ ഇന്ന് അക്ഷരാർത്ഥത്തിൽ കൃഷീവ

ലർ. കൃഷികൊണ്ട് വലയുന്നവർ.

*****

ഒരു പത്രവാർത്ത 08/12/21

ജാതിയില്ലായ്മ സ്വീകാര്യമാകുന്നത് സവർണർക്കുമാത്രം. ജസ്റ്റിസ് ചന്ദ്രചൂഡ്: ന്യൂഡൽഹി.

ജാതിസ്വത്വം സവർണർക്ക് സാമൂഹ്യസാമ്പത്തിക മൂലധനമായി ഇതിനോടകം പരിണമിച്ചു. അവർണർ അവരുടെ ഭരണഘടനാപരമായ ആനുകൂല്യങ്ങൾക്കായി ജാതി ഉയർത്തിപ്പിടിക്കേണ്ടത് അനിവാര്യമാണെന്നും അദ്ദേഹം കൂട്ടിച്ചേർത്തു. അംബേദ്കർസ്മാരകപ്രഭാഷണം നടത്തുകയായിരുന്നു ചീഫ് ജസ്റ്റിസ്.

5. ഗോക്കൾ ഗ്രാമങ്ങൾ

ഗോക്കളും ഗ്രാമങ്ങളും തമ്മിൽ ഒരു ഇഴപിരിയാബന്ധം. ഗോക്കളുടെ ഒരു കൂട്ടമത്രെ ഗ്രാമം. (ഗ്രാമശബ്ദത്തിനുതന്നെ കൂട്ടമെന്നർത്ഥമുണ്ട്). ഗോത്രം, ഗോകുലം, ഗോപുരം, ഗോഷ്ഠം(കോട്ടം), കോൻ(നായകൻ/ഈശ്വരൻ) കോവിൽ, കോവിലകം, ഗവേഷണം, സംഗ്രാമം തുടങ്ങിയ അനേകം വാക്കുകൾ ഗോക്കളിൽനിന്ന് നിഷ്പന്നം.

അന്യോന്യമെന്ന കാവ്യാലങ്കാരംപോലെ കൃഷിയും കാലിയും തമ്മിൽ അപാരമായൊരു പാരസ്പര്യം. (I owe you. IOU എന്ന മട്ടിൽ) കാലികളില്ലെങ്കിൽ കൃഷിയില്ല. കൃഷിയില്ലെങ്കിൽ ആധുനികജീവിതമേ ഇല്ല. കാല് പ്രധാനമാകയാൽ കാലികൾ. വാനരന്മാർക്ക് വാൽ. കാലികൾക്ക് കാൽ. അവർക്ക് കാൽമേൽ ശൗര്യമാകുന്നു. ഒരു കാര്യം നാമിവിടെ പ്രത്യേകം ഓർക്കേണ്ടിയിരിക്കുന്നു. ഗോക്കളിൽ പൈക്കൾ മാത്രമല്ല കാളപോത്ത് പിതാക്കന്മാരും ആടെരുമ മാതാക്കളും ഉൾപ്പെടും. ലിംഗഭേദമെന്യേ എല്ലാ വളർത്തുമൃഗങ്ങളും ഗോക്കൾ. COW എന്ന ആംഗലേയപദത്തിൽ എല്ലാ പെൺമൃഗങ്ങളും വരുമല്ലോ. പശുവെന്ന സംസ്കൃതശബ്ദത്തിലാവട്ടെ, മനുഷ്യനൊഴികെയുള്ള സകലജന്തുക്കളും ഉൾപ്പെടും. പഴയ ഈശ്വരന്മാർ ഇവരുടെകൂടെ സംരക്ഷകരായിരുന്നു. പശുപതിയാണല്ലോ ശിവൻ. ഒരു ദ്രാവിഡദൈവം.

മേലേ നാം കണ്ട വാക്കുകളിൽ ചിലത് ഒന്നോടിച്ചുനോക്കാം. ആദ്യം ഗവേഷണം. ഗവേഷണമെന്നാൽ ഗോവന്വേഷണം. കാണാതായ പൈക്കളെ ആരാഞ്ഞുനടക്കൽ. അതാവാം ആദ്യത്തെ ഗവേഷണം. പിന്നീട് അതിന്റെ അർത്ഥം പോയ പോക്ക് നോക്കൂ! അടുത്തത് സംഗ്രാമം. യുദ്ധം എന്നർത്ഥം. പൈക്കളെച്ചൊല്ലിയാവാം, ഗോത്രങ്ങൾതമ്മിലുള്ള ആദ്യയുദ്ധം. കാരണം പശുക്കളായിരുന്നു അക്കാലത്തെ വലിയ സ

മ്പത്ത്. ഗോക്കളെ അടിസ്ഥാനമാക്കിയാവാം ഗോത്രവിഭജനം. ധാരാളം ഗോക്കളുള്ളവനത്രെ ഗോമാൻ. (സമ്പന്നൻ) Cowman എന്ന ആംഗലേയനും ഇതേ അർത്ഥംതന്നെ. അധിപൻ, ഈശ്വരൻ, നായകൻ, എന്നിങ്ങനെ അർത്ഥതലങ്ങളുള്ള കോൻ എന്ന വാക്കിനുമുണ്ട് ഗോബന്ധം. കാലികളെ മേയ്ക്കുന്നവന്റെ കയ്യിലൊരു കോൽ കാണുമല്ലോ. ആ കോൽ ആവാം കാലക്രമേണ കോൻ ആയത്. കോലുള്ളവൻ കോൻ. ഏറെ കാലികളുള്ളവൻ വലിയ കേമനായി. നായകനും അധിപനും ആരാധ്യനും ഈശ്വരനുമൊക്കെയായി. കാലിച്ചെറുക്കനായ കൃഷ്ണൻ അങ്ങനെയാവാം ശ്രീകൃഷ്ണനും സ്ത്രീകൃഷ്ണനുമായത്. കർഷകരുടെയും മറ്റ് സാധാരണക്കാരുടെയും ദൈവമായിരുന്നല്ലോ ആ കോലാധിനാഥൻ, ബാലഗോപാലൻ. അവനെയും ചിലർ സമർത്ഥമായി കട്ടെടുത്തു.

ഞങ്ങടെ കൃഷ്ണനെയുമപഹരിച്ചു നിങ്ങൾ
ഞങ്ങടെ സർവ്വസ്വമപഹരിച്ചു.

മറ്റൊരു പ്രധാന കാര്യം. ഗോവധത്തിന്റെ പേരിൽ നരമേധങ്ങൾ നടക്കുന്ന നാടാണല്ലോ നമ്മുടേത്. ചരിത്രകാരരും നരവംശശാസ്ത്രജ്ഞരും തെളിവുകളുടെ അടിസ്ഥാനത്തിൽ പറയുന്നത് ലോകത്തിൽ എല്ലാ ജനവിഭാഗങ്ങളും മത്സ്യമാംസാദികൾ കഴിച്ചിരുന്നു എന്നാണല്ലോ. ഇന്ത്യയ്ക്ക് മാത്രമായി അത് ബാധകമാവാതിരിക്കില്ല. സാത്വികഭക്ഷകർ എന്ന് ഇന്ന് വാദിക്കുന്ന കൂട്ടരും പണ്ടൊക്കെ മുക്തകണ്ഠം മാംസം കഴിച്ചവർ. ബ്രാഹ്മണരെ പ്രീതിപ്പെടുത്താനുള്ള നല്ലൊരുപായം അവർക്ക് മാംസാഹാരം കൊടുക്കുകയായിരുന്നു. അക്കൂട്ടർ അഥിതികളായെത്തിയാൽ ഗോക്കളിലൊന്ന് അറുക്കപ്പെടും. അങ്ങിനെയാണ് ബ്രാഹ്മണന് ഗോഘ്നൻ എന്ന ഒരു പര്യായപദം വന്നത്. ഗോവിനെ ഹനിക്കുന്ന (കൊല്ലുന്നവൻ) വനാകുന്നു ഗോഘ്നൻ. കാലിത്തീറ്റക്കാരൻ എന്ന് പച്ച മലയാളം.

ചിന്തകനും ചരിത്രകാരനും മഹാപണ്ഡിതനും മുൻ എം.പി.യുമായ എൻ.ഇ.ബലറാമിന്റെ ഒരനുസ്മരണവുമായി ബന്ധപ്പെട്ട് മൂന്ന് ദിവസം നീണ്ടുനിൽക്കുന്ന ഒരു പഠനപരിപാടി കണ്ണൂരിൽ നടന്നിരുന്നു. (2018 -ൽ). അവിടെ പങ്കെടുത്ത പുരാണപണ്ഡിതരിൽ പലരും ഇക്കാര്യം സമർഥിച്ചു. എന്തിനധികം സാക്ഷാൽ വിവേകാനന്ദനും രേഖപ്പെടുത്തിയിട്ടുണ്ടല്ലോ, ബ്രാഹ്മണർ മാംസാഹാരം കഴിക്കുന്നവരായിരുന്നു എന്ന കാര്യം. സീത വെയിലത്ത് ഇറച്ചി ഉണക്കുമ്പോഴാണല്ലോ ഒരസുരൻ കാകരൂപത്തിൽ വന്ന് മാംസം രുചിക്കാൻ ശ്രമിക്കുന്നത്. പിന്നെ പണ്ട്

നടന്ന യാഗങ്ങൾ(മേധങ്ങൾ) ബ്രാമ്മണരുടെ മേൽക്കൈയിൽ. മേധമെന്നാൽ വധംതന്നെ. ക്രൂരമായ മൃഗവധം. അത്തരമൊരു വൈകൃതം ലോകത്തിൽ മറ്റെവിടെയെങ്കിലും നടന്നിട്ടുണ്ടാകുമോ എന്നറിയില്ല.

ഇതുമായി ബന്ധപ്പെട്ട ഒരു പുരാണകഥകൂടി നമുക്ക്നോക്കാം. പണ്ട് ദാനശീലനായ ഒരു ചക്രവർത്തി ഗോക്കളെ (കന്നുകാലികളെ) കൊന്ന് മാംസാഹാരമാക്കി യഥേഷ്ടം ദാനംചെയ്തിരുന്നു. കൊന്ന ഗോക്കളുടെ പച്ചത്തോല് ഊറക്കിട്ട് അവയിൽനിന്ന് വാർന്നുവീഴുന്ന ചുടുചോര കൂടിച്ചേർന്നാണത്രെ ഒരു നദി ഉണ്ടായത്. ചർമ്മണ്വതി. ചർമ്മത്തിലെ ചോരയാലുണ്ടായ നദി. തോൽച്ചോരപ്പുഴ. പണ്ട് കുന്തിയമ്മക്കന്യക പെറ്റയുടനെ ഒരു ചെറുപേടകത്തിലാക്കി നീറ്റിലിറക്കിയ കുഞ്ഞിക്കർണ്ണനെ രക്ഷിച്ച് കരയ്ക്കടുപ്പിച്ചതിൽ നിർണ്ണായകമായ പങ്കുവഹിച്ചത് ഈ ചോരപ്പുഴയാണെന്ന് കവി ഉള്ളൂർ.

ചർമണ്വതിയും യമുനയും ഗംഗയും
ചമ്പാപുരിവരെ മാറി മാറി...

(കർണ്ണഭൂഷണം)

അങ്ങനെയാണത്രെ ആ സൂര്യസുതൻ അതിദാനശീലനായത്.

ഇത്തരം ഗോമേധങ്ങൾ പശുവളർത്തലിനെയും കൃഷിയെയും സാരമായി ബാധിച്ചു. ജൈനബൗദ്ധരുടെ സസ്യാഹാരനിഷ്ഠയാണ് ഇതിൽനിന്നും നാടിനെ മോചിപ്പിച്ചത്. ആ രണ്ട് മഹാധർമ്മങ്ങളെ ഇന്ത്യയിൽനിന്നേ ആട്ടിയോടിക്കുകയായിരുന്നല്ലോ-ഒരു കൂട്ടർ. പുരാണങ്ങളെച്ചൊല്ലി വീമ്പടിക്കുന്നവർ ഇതൊക്കെ ഒന്ന് മറിച്ച് നോക്കിയിരുന്നെങ്കിൽ! എത്രയെത്ര ആക്രമണങ്ങളും കൊലപാതകങ്ങളും ഒഴിവാക്കാമായിരുന്നു.!! "പിതാവേ ഇവർ ചെയ്യുന്നത് എന്താണെന്ന് ഇവരറിയുന്നു. ഇവർക്കു മാപ്പുകൊടുക്കാതിരിക്കേണമേ!"

6. ചില നാടൻനെൽവിത്തുകൾ

കയമ, ഓർക്കയമ, കുതിര്, കുഞ്ഞിനെല്ല്, കൊത്തമ്പാരിക്കയമ, നവര, ചിറ്റേനി, തവളക്കണ്ണൻ, പറമ്പൻ, പൂത്താട, വടക്കൻ, മുണ്ടോൻ, കീരിപ്പാല, കരിഞ്ച്യൻ, ജീരകശാല. ഇവയിൽ കുറച്ചെണ്ണം നോക്കാം. ഇവയിൽ ആദ്യം ഓർക്കയമ. അത് പ്രധാനമായും കൃഷിചെയ്യുന്ന ഇടമാണ് കൈപ്പാട്. കായൽപ്പാടമാവാം കൈപ്പാട്. (ഗാമ കപ്പലിറങ്ങിയ കാപ്പാട് ഈ കൈപ്പാടാവാം. കായൽപ്പാടം.) ഉപ്പുവെള്ളമുള്ള കായലിന്റെയും കുളിരുവെള്ളമുള്ള പുഴയുടെയും ഇടയ്ക്കുള്ള ചെളിപ്രദേശമാണ് കൈപ്പാട്. ഇവിടെ നടത്തുന്ന നെൽക്കൃഷിയത്രെ കൈപ്പാട്കൃഷി.

അത് ആണ്ടിൽ ഒറ്റത്തവണ. അതൊരതിശയവിള. അവിടെ കൈക്കോട്ട്കൊണ്ടുള്ള കൊത്തിമറിക്കൽ മതി. ടില്ലറും ട്രാക്റ്ററുമെന്നല്ല കാലിയെത്തന്നെ അവിടെ ഇറക്കാൻ പറ്റില്ല. പൂണ്ടുപോകും. വളം വേണ്ട, വെള്ളം വേണ്ട. കീടനാശിനി വേണ്ടേ വേണ്ട. നല്ല മൂത്ത ഞാറ് നന്നായി നട്ടുകൊടുത്താൽമാത്രം മതി. മനുഷ്യരധികം അടുക്കാത്തതുകൊണ്ട് ചില കുരുവികൾ നെൽച്ചോലകളിൽ കൂടുണ്ടാക്കും. മുട്ടയിടും. കിളികൾ ഒന്നാന്തരം കീടനിയന്ത്രകർ. (പല കടൽമീനുകളുടെയും ഈറ്റില്ലമത്രെ നെൽവയലുകൾ. അവ മീൻകുഞ്ഞുങ്ങളുടെ നഴ്സറികൾ. മീനുകളുടെ വംശനാശത്തിന് വയൽ നാശവും ഒരു പ്രധാന കാരണം)

അപാരമായ പ്രതിരോധശേഷിയും അതിജീവനശക്തിയും ഉള്ള ഒരു നെല്ലിനമാണ് ഓർക്കയമ. ഓര് എന്നാൽ ഉപ്പ്. ഓരുനിലത്തിലെ കയമ = ഓർക്കയമ. പുതുമഴയത്തൊഴുകിയെത്തുന്ന വെള്ളത്തിൽ കൈപ്പാടിലെ ലവണാംശം പോകുമെങ്കിലും കുറച്ചൊക്കെ ബാക്കിയുണ്ടാവും. അതൊന്നും ഈ കക്ഷിയ്ക്ക് ഒരു വിഷയമേയല്ല. നല്ല മേനിയുണ്ടാകും. ചോറിനാകട്ടെ അപാരമായ രുചിയും. രാവിലെ അതിന്റെ കുളുത്ത് കഴിച്ചാൽ വൈകുന്നേരംവരെ വിശപ്പുണ്ടാവില്ല. കഠിനാധ്വാനം ചെയ്യുന്നവരുടെ ഇഷ്ടഭക്ഷണമത്രെ ഓർക്കയമച്ചോറ്. കഞ്ഞിവെള്ള(കുളുത്തുവെള്ള)മാകട്ടെ അതിലും വിശിഷ്ടം!

കണ്ണൂർ, കാസർഗോഡ് ജില്ലകളിൽ കൈപ്പാട്കൃഷി ഒരു കാലത്ത് വ്യാപകമായിരുന്നു. ഓർക്കയമ അല്ലെങ്കിൽ കുതിര് എന്ന വിത്താണതിന് വടക്കോട്ടുപയോഗിക്കുന്നത്. ഓർക്കയമ ഞാറ് പൊരിച്ച് നടും. കുതിര് വിത്ത് കുതിർത്ത് മുളവരുത്തിയതിനുശേഷം വാരിവിതറും. ആലപ്പുഴ, തൃശ്ശൂർ, എറണാകുളം ഭാഗങ്ങളിലെ കൈപ്പാട് കൃഷിയാണ് പൊക്കാളി. പൊക്കത്തിൽ വളരുന്നതാണ് പൊക്കാളി. ഉയരത്തിൽ നിൽക്കുന്നത്. രണ്ട് മീറ്റർവരെ നീളമുണ്ടാകും ഇതിന്റെ തണ്ടിന്. തലയ്ക്കുമീതെ വെള്ളം വന്നാൽ അതുക്കുമീതെ വള്ളം എന്ന മട്ടിലാണ് പൊക്കാളി. തണ്ടുയരമുണ്ടെങ്കിലും നെല്ല് വീഴില്ല. അതൊരത്ഭുതം! പാരമ്പര്യബോധമല്ലാതെ മറ്റൊരറിവും ഈ കൃഷിക്കാവശ്യമില്ല. എന്നല്ല അത്തരമറിവുകൾ ഇതിന് നാശവുമാണ്. കൃഷിവിദഗ്ധർ ഇടപെടാൻ തുടങ്ങിയതോടെ ഇതിന്റെ കഷ്ടകാലവും തുടങ്ങി. ആ വിളകളൊക്കെ കുത്തിയ മട്ടായി. അടുത്ത ഏതാനും കൊല്ലങ്ങൾക്കുള്ളിൽ ഓർക്കയമ ഓർമ്മകളിൽപ്പോലുമുണ്ടാവില്ല. അവയ്ക്ക് ചോപ്പു പട്ടികയിൽ പോലും ഇടംകിട്ടാനുമിടയില്ല.

(ഖ) കയമ: ഇത് വലിയൊരു നെൽക്കുടുംബം. കൈ എന്ന വാക്ക്

വെള്ളത്തെ കുറിക്കുന്നു. സാധാരണയായി ഒന്നാം വിളയാണ് കയമ ക്കൃഷിയെങ്കിലും ജലസമൃദ്ധിയുണ്ടെങ്കിൽ ഇരുപ്പൂവിനും ഇതുനടും. ന ല്ല മേനി. ഒന്നാംതരം രുചിയും. വിളഞ്ഞാൽ വീണുപോകും, കതിർക്ക നവും തണ്ടുനീളവും കാരണം. വീണാലും നെന്മണിയൊന്നും ഉതിർ ന്നുപോകില്ല. യന്ത്രക്കൊയ്ത്തിന് തടസ്സമാണെന്ന് പറഞ്ഞ് പുതിയ കർ ഷകർ ഈ വിത്ത് ഇപ്പോൾ ഉപയോഗിക്കാറില്ല. അങ്ങനെ മഹത്തായ ഒ രു നെൽവിള അടുത്തുതന്നെ ഇല്ലാതാകുകയാണ്. ഒരിക്കൽ ആകാശ വാണിയിലൂടെ (വയലും വീടും) കേട്ട ഒരച്ചമ്മയുടെ വാക്കുകൾ ഓർമ്മ യിലെത്തുന്നു. "കയമേന്റെ ബെള്ളം കുടിച്ചാൽ മതിയല്ലോ". ഇല്ല അച്ച മ്മേ ഇനി ഒരിക്കലുമതിന്റെ അന്നമോ ബെള്ളമോ നമുക്ക് കിട്ടില്ല!.

(ഗ) കുഞ്ഞിനെല്ല്: ഇത് മറ്റൊരു വസുമതി. നെയ്ച്ചോറിനുപറ്റിയ ഒന്നാന്തരമൊരരി. പേരുപോലെതന്നെ ആളൊരു കുഞ്ഞി. ചെറുമി. മൂപ്പ് കുറവ്. വേഗം വിളയും. വെള്ളവും കൂടുതൽ വേണ്ട. തണ്ടിനധി കം ഉയരമില്ല. അതിനാൽ വിളഞ്ഞാലും വീണുപോകില്ല. വളപ്പിനടു ത്തുള്ള കണ്ടങ്ങളിലാണ് ഇവ പൊതുവെ നടുക. കുഞ്ഞിനെല്ലരികൊ ണ്ട് ഉണങ്ങച്ചോറ് വെക്കുമ്പോൾ ദൂരെനിന്നേ വിവരമറിയും. നല്ലൊരു സുഗന്ധം ഒഴുകിവരും. ഇദ്ദേഹം ഗന്ധകശാലയുടെ ഒരടുത്ത ബന്ധു. നവമി, തുലാപ്പത്ത്, വീട്ടുപണിത്തുടക്കം മുതലായ വിശേഷാവസരങ്ങ ളിൽ കുഞ്ഞിനെല്ല് വറുത്ത് പൊരിയാക്കും. നെല്ല് പൊട്ടിത്തെറിക്കുന്ന ആ കാഴ്ച കണ്ടാൽ പൊട്ടിത്തെറിക്കുന്ന കുട്ടികളും വന്ന് അനങ്ങാതി രിക്കും. നല്ല ഒച്ച, നല്ല കാഴ്ച. വയറിളക്കത്തിനും ക്ഷീണത്തിനും ഈ മലരിന്റെ നീര് ഒന്നാന്തരമൊരു ഔഷധം. മലര് ദഹനത്തിനും നന്ന്.

നാടനവിലും മലരും ഇളനീരും മുന്തിരിയും കല്ക്കണ്ടവും ചേർന്നു ള്ള പ്രസാദത്തിന്റെ രുചി ഇന്നും നാവോർമ്മയിലുണ്ട്. കുഞ്ഞിനെല്ലി ന്റെ ജൈവവർഗത്തിൽ (സ്പീഷിസ്)പ്പെട്ടതുതന്നെയാണ് ജീരകശാല. പെരുംജീരകത്തിന്റയത്രയേ ഉണ്ടാവൂ ആ കുഞ്ഞരി. നല്ല രുചിയും. എത്രയും കഴിക്കാം. വേഗം ദഹിക്കും. അടുത്തകാലത്ത്വരെ ഇവിട ങ്ങളിൽ അപൂർവ്വം ചിലർ ഇത് കൃഷിചെയ്തിരുന്നു. ഇപ്പോഴത്തെ സ്ഥി തി ദുസ്ഥിതിയാകാനേ തരമുള്ളൂ.

(ഘ) നവര (ഞവര) ഔഷധഗുണമുള്ള മറ്റൊരരി. ആയുർവ്വേദചി കിത്സയിലെ നവരക്കിഴി പ്രസിദ്ധം. ദഹനസംബന്ധമായ പ്രശ്നമുള്ള വർക്കും ഇതത്യുത്തമം. ഒരിക്കൽ നവരനെല്ല് വാങ്ങാനായി കണ്ണൂർ ത ളിപ്പറമ്പിനടുത്ത നടുവിൽ എന്ന സ്ഥലത്തുനിന്ന് ഒരാൾ തറവാട്ട് വീ

ട്ടിൽ വന്നതായോർക്കുന്നു-പത്തമ്പതുകൊല്ലം മുന്നേ. വൃക്കമാറ്റിവെക്കൽശസ്ത്രക്രിയ കഴിഞ്ഞ് വിശ്രമിക്കുന്ന ഒരു സഹപ്രവർത്തകന് കഞ്ഞിവെക്കാനായി കുറച്ച് നവരയരി വീട്ടിനടുത്ത് നിന്ന് സംഘടിപ്പിച്ചു കൊടുത്തിരുന്നു. 2018-ൽ. നവരയ്ക്ക് ഒരു സവിശേഷതയുണ്ട്. അതിന്റെ വിത്ത് ആറ് മാസത്തിലൊരിക്കൽ കൃഷിചെയ്തിരിക്കണം. വൈകിപ്പോയാൽ മുളച്ചുകിട്ടില്ല.

(ങ) ചിറ്റേനി: ഇവൾ നല്ല മേനിയുള്ള ഒരു ചീനാസുന്ദരി. നിറവും ഇളം മഞ്ഞതന്നെ. ഗുണമോ പറയാനില്ല. ചീനയും മേനിയും ചേർന്നുണ്ടായതാവാം, ചിറ്റേനി. ചീന, ചീനച്ചട്ടി, ചീനപ്പട്ട്, ചീനവല, ചീനവെടി, ചീനഭരണി തുടങ്ങിയവയോടൊപ്പം ഈ കണ്മണിയും ആ വൻമതിലും കടന്ന് ഇവിടെയെത്തിയതിൽ അത്ഭുതം. പ്രാചീനകാലംമുതലേ ചീനയുമായി മലയാളത്തിന് അടുത്ത ബന്ധമുണ്ടായിരുന്നു, എന്നോർക്കുമ്പോൾ ഇതിലൊരത്ഭുതവും തോന്നുന്നുമില്ല. ഇന്ന് ആ വിത്ത് കാണാനോ കേൾക്കാനോ ഇല്ല. കുറച്ച് കഴിയുമ്പോൾ അതിനെ കണ്ടവരെത്തന്നെ കാണാനുണ്ടാകില്ല.

(ച) തവളക്കണ്ണൻ: ചിറ്റേനി ഒരു ചീനാ-ചുന്ദരിയെങ്കിൽ തവളക്കണ്ണൻ ഒരു നാട്ടുകുട്ടപ്പൻ. ഇവൻ ആളൊരു രസികൻ. കണ്ണ് തട്ടാതിരിക്കാൻ കവിളത്ത് ഒരു കറുത്ത പൊട്ടും (ബ്യൂട്ടി സ്പോട്ട്) തൊട്ടാണവന്റെ വരവ്. ഈ വിളവനെ കണ്ടൊലൊന്ന് തൊടാൻ തോന്നും. വാരിയെടുക്കാൻതോന്നും. അത്രയ്ക്കുണ്ട് ഓമനത്തം. ഇവൻ വിളഞ്ഞു നിൽക്കുന്ന കാഴ്ച ഒന്ന് കാണേണ്ടതുതന്നെ. ഒരു ഭാഗത്ത് അഴകുള്ള ചീനാക്കാരി ചിറ്റേനി. മറുഭാഗത്ത് കറുത്ത മറുകുള്ള തവളക്കണ്ണൻ. ഇവനെ കാണാനാകുമോ ആ വന്മതിലും കടന്ന് ഈ കണ്മണി ഇവിടെ എത്തിയത്? ഏതായാലും നന്നായി വിളഞ്ഞ്, ഇളം കാറ്റത്ത് ഇളകിയാടി മൗനാനുരാഗം പങ്കുവെക്കുന്ന ആ യുവാക്കളെ ആരാകിലെന്ത് മിഴിയുള്ളവർ നോക്കിനിൽക്കും. അവരെ വീണ്ടുമൊന്ന് കാണാൻ കൊതി തോന്നുന്നു. അതതിമോഹമാണെന്നറിയാം. എങ്കിലും....

(ഛ) മുണ്ടോൻ (മുണ്ടകൻ): എവൻ വലിയൊരു വെളവൻ. കർക്കടകത്തിലാണ് നടുക. വൃശ്ചികത്തിലേ വിരിയാൻ തുടങ്ങൂ. മിഥുനത്തിൽ നട്ടാൽപോലും വൃശ്ചികം പിറക്കാതെ വിരിയില്ലതന്നെ. അതാണ് ചിട്ട. വൃശ്ചികോ പെറക്ക്വാ ഞാനോ പെറക്ക്വാ എന്നൊരു നെൽച്ചൊല്ല് ഇവിടെ നിലനിന്നിരുന്നു. വൃശ്ചികേ കുളിരാരംഭേ ധനുമകരേ ഘോരേ ഘോരേ എന്ന സംസ്കൃതച്ചുവയുള്ള മറ്റൊരു ചൊല്ലും കർഷ

കർ ചൊല്ലുന്നത് കേൾക്കാമായിരുന്നു. (ഇതിന്റെ ഹാസ്യാനുകരണമായി എന്റെ അമ്മ ചൊല്ലിക്കേട്ട ഒരു കുസൃതിത്തരമിതാ. ചെവിയ്ക്കുചെവി കൈമാറിക്കിട്ടിയതാണ്.)

വൃശ്ചികേ കുളിരാരംഭേ
അച്ഛാന്ങ്ങളെ മോളെത്തരുഓ
ധനുമകരേഘോരേഘോരേ
അച്ഛാ ന്ങ്ങളെ മോളെത്തരില്ല!
കുംഭേ മീനേ എന്തൊരു ചൂട്
അച്ഛാന്ങ്ങളെ മോളെപ്പിടിച്ചോ! (തിരിച്ചെടുത്തോ എന്നർത്ഥം)

പുഞ്ചയുടെയത്രവേണ്ടെങ്കിലും മുണ്ടോന് മഞ്ഞും തണുപ്പും അനിവാര്യം. വൃശ്ചികത്തിലെന്നല്ല ധനുവാതിരരാവിലും മഞ്ഞില്ലാത്ത സ്ഥിതിയ്ക്ക് ഇനിയുള്ള കാലം മുണ്ടോന്റെ കാര്യം കഷ്ടം. ഇത് കൂട്ടുമുണ്ടോനായും ഇടും. ഓർക്കയമഞാറിന്റെ കൂടെ. രണ്ടുമൊന്നിച്ച് വിത്തിടും. ഒന്നിച്ച് പൊരിച്ച് നടും. ആദ്യം വിളഞ്ഞ ഓർക്കയമ ആദ്യം മൂർന്നെടുക്കും. മറ്റവൻ വൈകുമല്ലോ. മുണ്ടോൻകൃഷി ഇപ്പോൾ അപൂർവ്വം. അതും എത്രകാലത്തേയ്ക്കെന്നറിയില്ല.

(ജ) പൂത്താട: മൂപ്പ് കുറഞ്ഞ ഒരു കരക്കണ്ടം നെല്ലിനം. പുതുമഴ കിട്ടിക്കഴിഞ്ഞാലുടൻ ഇത് വാളാൻ തുടങ്ങും; പറമ്പിലെ പാടങ്ങളിൽ. ഇദ്ദേഹം പറമ്പൻ എന്ന വിത്തുതറവാട്ടിലെ പ്രബലനായ ഒരംഗം. നേരത്തെ വിത്തിടുന്നതിനാൽ നേരത്തേ മൂർന്നെടുക്കാം. പഴയ നെല്ലെല്ലാം തീരുമ്പോഴേയ്ക്ക് പൂത്താട വിളഞ്ഞിരിക്കും. കർക്കടകം ഒടുവിലോ ചിങ്ങം തൊടക്കത്തിലോ. വറുതിയെ മുൻകൂട്ടി കണ്ടാലെന്നതുപോലെയാണ് പൂത്താടയുടെ കൊയ്ത്ത് സമയം. കാലികൾക്കുള്ള പുല്ലും ഇതോടൊപ്പം കിട്ടും. പഴയ വൈക്കോലും തീരാറായിട്ടുണ്ടാകുമല്ലോ. വിത്തുകളുടെ ഈ വൈവിധ്യത്തിൽ അത്ഭുതംതോന്നുന്നു.

(ഝ) കരിഞ്ച്യൻ: ഇവൻ പേരുപോലെതന്നെ കറുമ്പൻ. നല്ല മേനി, പുറം കറുപ്പ്. ഉള്ള് സാധാരണപോലെതന്നെ. തവിടംശം കൂടും. ഇപ്പോഴിതു കണികാണാനില്ല.

(ഞ) കൊത്തമ്പാരിക്കയമ: കയമാകുടുംബത്തിലെ മറ്റൊരംഗം. ഒരു കുറുമൻ. ഉരുണ്ട ദേഹപ്രകൃതി. ഒറ്റ നോട്ടത്തിൽ മല്ലി (കൊത്തമ്പാരി)പോലിരിക്കും. മികച്ച മേനി. കാണാൻ കൗതുകം. കഴിക്കാനും കേമം.

7. പുഞ്ചയും പഞ്ചയും

രണ്ടാംവിള പുഞ്ച. അതുകഴിഞ്ഞുള്ള ധാന്യക്കൃഷി പഞ്ച. പുഞ്ച ചെയ്യാത്ത മണൽവയലുകളിൽ ഒന്നാം വിളയ്ക്കു ശേഷംതന്നെ പഞ്ച ക്കൃഷി തുടങ്ങും. ഉഴുന്ന്, മുതിര, മമ്പയർ, ചെറുപയർ, തോര എന്നിങ്ങ നെ. ഒരു കാലത്ത് മലയാളക്കരയിലങ്ങോളമിങ്ങോളമുണ്ടായിരുന്ന ധാ ന്യക്കൃഷി ഇന്ന് ദുർബലം. കൃഷിച്ചെലവ്, കീടബാധ, മഴവ്യതിയാനം, മ ഞ്ഞില്ലായ്മ-ഇവയൊക്കെ ഈ കൃഷിയെ വല്ലാതെബാധിക്കുന്നു. പ്രധാ നപ്രശ്നം ഇതൊന്നുമല്ല. പണ്ട് കൃഷിയിറക്കിയിരുന്ന നിലങ്ങളിലൊ ക്കെ ഇന്ന് മറ്റൊരു കൃഷിചെയ്തിരിക്കുന്നു. ഒരിക്കലും വിളവെടുക്കാ ത്ത ഒരു കൃഷി. കെട്ടിടക്കൃഷി.

8. ആഹാരയൂഥം: (നെല്ലിന്റെ അനുബന്ധവിളകൾ)

മേലേ സൗരയൂഥം താഴെ ആഹാരയൂഥം. സൗരയൂഥനായകൻ സൂ ര്യൻ. ആഹാരയൂഥനായിക ഞാറ്. ഞായറിനെ ചുറ്റുന്ന ഗ്രഹങ്ങളും ഉ പഗ്രഹങ്ങളും ചിന്നഗ്രഹങ്ങളും മേലേ വയലിലെ ഉപവിളകളാകുന്നു. ഞാറിനെ ചൂഴുന്ന പയറും പച്ചക്കറികളും കിഴങ്ങുകളും പഴവർഗ്ഗങ്ങ ളും സുഗന്ധവ്യഞ്ജനങ്ങളും കീഴാകാശത്തിലെ ഉപഗ്രഹങ്ങളുമാകു ന്നു. എസ്റ്റേറ്റുകൾ ഏകാധിപതികളാകുമ്പോൾ നെല്ല് ഒരു ജനായത്തവി ളയാണെന്നു കാണാം. നെൽവയലിൽ വിളചംക്രമണവും വിളവിപര്യ യവും നടക്കുന്നു. പണ്ടിവിടെ പലേടങ്ങളിലും മുപ്പൂക്കൃഷി നടന്നിരുന്ന ല്ലോ. അതുകഴിഞ്ഞ് ധാന്യങ്ങൾ, ചെറുധാന്യങ്ങൾ, പച്ചക്കറികൾ. പച്ച ക്കറികളുടെ വൈവിധ്യം അപാരം. വയൽ, കുട്ടികൾക്ക് നല്ലൊരു വേ നൽക്കാലകളിക്കളവുമാകുന്നു. കന്നുകാലികൾക്കാകട്ടെ, മികച്ച ഒരു മേ ച്ചിൽപ്പുറവും. ഗോവർധനങ്ങൾ. കളിക്കളമില്ലായ്മയാണ് നമ്മുടെ കുട്ടി കൾ ഇന്ന് നേരിടുന്ന ഏറ്റവും വലിയ പ്രശ്നം. അവർ മറ്റു ചതുരക്കള ങ്ങളിൽ (ഫോൺ, ടി.വി.) തലപൂഴ്ത്താനുള്ള കാരണമിതാണ്. നല്ല വി നോദവും വ്യായാമവും ഇല്ലാത്തതുകൊണ്ടാണ്, വിദ്യാർത്ഥികളും യു വാക്കളും ലഹരിയ്ക്ക് പിറകെ പരക്കം പായുന്നത്.

ചക്കയും മാങ്ങയുമൊക്കെ നെല്ലിന്റെ അനുബന്ധവിളകൾ. വാഴപ്പ ഴങ്ങളും ഭിന്നഭിന്നങ്ങൾ. ഇന്ത്യയിലെന്നല്ല ലോകത്ത് മറ്റൊരിടത്തുമി ല്ലാത്തത്ര വാഴക്കാസമൃദ്ധി ഇവിടെയുണ്ടെന്നു തോന്നുന്നു. കവികുഞ്ച ന്റെ കദളീവർണ്ണന നോക്കുക.

പച്ചക്കദളിക്കുലകൾക്കിടയ്ക്കിടെ
മെച്ചത്തിൽ നന്നായ് പഴുത്ത പഴങ്ങളും
....

പാഴറ്റ പട്ടുവിരിച്ച കണക്കിനേ
വാഴയ്ക്കുചുറ്റും പ്രകാശമുണ്ടെപ്പൊഴും.

ഇങ്ങനെ പ്രകാശം പരത്തുന്ന നമ്മുടെ വാഴപ്പഴങ്ങൾക്ക് കുലനാശം വരുത്തിയിട്ടാണ് നാം ടിഷ്യൂകൾച്ചറിന്റെയും മറ്റും പിറകേപോകുന്നത്. കിഴങ്ങുവർഗങ്ങളും എത്രയെത്ര? അവയൊക്കെ നശിപ്പിച്ചിട്ട് താരതമ്യേന ഗുണം കുറഞ്ഞ മരച്ചീനിയ്ക്ക് നാം ഊന്നൽ നൽകി. ഇവയ്ക്കൊക്കെ പുറമേ ഇവിടെ മറ്റെങ്ങുമില്ലാത്ത സുഗന്ധദ്രവ്യങ്ങളും. അങ്ങനെ മഹത്തും ബൃഹത്തുമായ ഒരാഹാരയൂഥമാകുന്നു നെൽവയൽ.

9. മുത്താറിയും മറ്റു താരങ്ങളും

ചെറുധാന്യങ്ങൾ അഞ്ചെട്ടിനങ്ങളുണ്ടെന്ന് ഒരു കാർഷികപ്രദർശന വേളയിൽവെച്ച് ആദിമനിവാസിയായ ഒരു കർഷകൻ പറഞ്ഞാണറിഞ്ഞത്. മുത്താറിയേ ഇപ്പോൾ കിട്ടാനുള്ളൂ. അപൂർവ്വമായി തിനയും. ചെറുധാന്യങ്ങൾ, അരിയെക്കാൾ മറ്റു ധാന്യങ്ങളെക്കാൾ എത്രയോ മെച്ചമാർന്നവ. അവ ജൈവപോഷകഗുളികകൾ. നാര്(ഫൈബർ) ധാരാളം. വൈറ്റമിനുകളും ധാതുക്കളും ലവണങ്ങളും സമൃദ്ധം. ഒരുതരത്തിലുമുള്ള പാർശ്വഫലങ്ങളും (സൈഡ് എഫക്ട്) ഇല്ലതാനും. ഹൃദയം, വൃക്ക, രക്തം തുടങ്ങിയവയെ ബാധിക്കുന്ന പല രോഗങ്ങൾക്കും ഇവ പ്രതിരോധം തീർക്കും. പഞ്ചാരരോഗം അടുക്കുകയേ ഇല്ല. എന്നാൽ 'അലോപ്പൊതി'യിലൊന്നും മുത്താറിപ്പൊതി കാണുകയില്ല. അക്കാര്യം ഉരിയാടുകയുമില്ല.

നമ്മുടെ സ്കൂൾപാഠ്യപദ്ധതികളിലും ഇവയ്ക്കൊരു പരിഗണനയുമില്ല. വൻവ്യവസായികളാണല്ലോ ഇന്ന് അവയെല്ലാം നിയന്ത്രിക്കുന്നത്. കർണ്ണാടകയിൽ ലിംഗപ്രായഭേദമെന്യേ എല്ലാരും മുത്താറി കഴിക്കും; ഒരു ദിനചര്യയെന്ന മട്ടിൽ. പല രൂപങ്ങളിൽ. മുത്താറി അവർക്കൊരു ആഹാരയിനംമാത്രമല്ല ഒരു വികാരം കൂടിയാണ്. ഒരിക്കൽ സിലബസ്പരിഷ്ക്കരണസമയത്ത് ഒരു പാഠപുസ്തകത്തിൽനിന്ന് ആഹാരയിനങ്ങളുടെ കൂട്ടത്തിൽ മുത്താറി ഒഴിവാക്കപ്പെട്ടപ്പോൾ ശിവറാമകാറന്തുൾപ്പെടെയുള്ള സാഹിത്യസാംസ്കാരികപ്രവർത്തകർ രംഗത്ത് വന്നു. ഒടുവിൽ സർക്കാരിനത് കൂട്ടിച്ചേർക്കേണ്ടിവന്നു. എന്നാൽ കേരളീയർക്ക് മുത്താറിയൊന്നും പിടിക്കില്ല. മുത്താറി വെളുത്തിട്ടല്ലല്ലോ. താരനിരകളൊന്നും അതുകഴിക്കാറുമില്ല. പരസ്യഘോഷവുമില്ല. പിന്നെ നമ്മൾ സമ്പൂർണ്ണസാക്ഷരരും സാർവത്രികവിദ്യാഭ്യാസികളുമാണല്ലോ. പിന്നെന്ത് മുത്താറി?.

10. നെൽക്കൃഷിയും മലയാളമാസങ്ങളും

ആകാശകർഷകൻ കട്ടിൽക്കാലെട്ടും പൊട്ടുമാറ് ഭൂകന്യകയുമായി നടത്തുന്ന ഘനഗംഭീരമായ മദനോത്സവമാകുന്നു മഴ. സൂര്യന്റെ രേതസ്സാകുന്നു മഹാമാരി. അതായത് മഹത്തായ മഴ. അതൊരേസമയം ഒരുൽപ്പാദനപ്രക്രിയയും പ്രത്യുല്പാദനപ്രക്രിയയുമാകുന്നു. നമ്മുടെ പഴമക്കാർക്ക് അവ രണ്ടും ഒന്നുതന്നെ. ഒട്ടുമിക്ക മലയാളമാസങ്ങൾക്കും പ്രത്യുൽപ്പാദനവുമായി നേർബന്ധം. മേടമാണല്ലോ ആണ്ടുപിറ. ഏപ്രിൽപ്പാതി. മേടമെന്നാൽ മേഷം. ആട്, കുട്ടനാട്. വൈലോപ്പിള്ളിയുടെ ഭാഷയിൽ കൊറ്റനാട്.

മേടത്തിൽത്തന്നെ വിത്തിടൽത്തുടക്കം. കാരണം അന്നേരം വല്ലപ്പോഴും എടമഴകിട്ടും. വിത്തിടലിന്റെ തുടക്കം ആണ്ടുപിറവിയായി കൽപ്പിച്ചതിന്റെ ഔചിത്യം ശ്രദ്ധേയം. വിത്ത്മൊളക്കുന്നതാണല്ലോ കർഷകന് പുതുവർഷവും പുതുഹർഷവും. ഇന്ത്യയിലങ്ങോളമിങ്ങോളം പുതുവർഷം ഇതേ കാലയളവിൽത്തന്നെ. (കേരളത്തിലും ഗോവയിലുമൊഴിച്ച്. അവർക്കെല്ലാ ആഘോഷങ്ങളും 'ഒഴിച്ചാ'ണല്ലോ).

അടുത്തത് എടവം. അതായത് ഋഷഭം. കാള, വിത്തുകാള. എടവപ്പാതി=കാളയുടെ പാതി. അതിലൂടെ തന്റെ നല്ല പാതിയിലേയ്ക്കുള്ള (Better half) ബീജവർഷം. അതോടെ പ്രകൃതി നനഞ്ഞു കുതിരുന്നു. അവൾ എന്തെന്നില്ലാത്ത ഒരാലസ്യത്തിലാഴുന്നു. വേദന കലർന്ന ഒരു മധുരാലസ്യത്തിൽ. ആ സമയം മറ്റൊരാഘോഷവുമില്ല. പിന്നെ മിഥുനം, യുവമിഥുനം. മണ്ണും വിണ്ണും. മിഥുനം=മൈഥുനം. മണ്ണിന്റെയും വിണ്ണിന്റെയും മധുവിധുസമയം. ഏറ്റവും നന്നായി മഴ പെയ്യുന്നത് ഈ കാലയളവിൽ. നന്തനാരുടെ ഒരു പട്ടാളക്കഥാപാത്രം അവധിയിൽ വരാറുള്ളതും മഴക്കാലം.

ചിങ്ങം സിംഹപുരുഷനും കന്നി കന്യാസുന്ദരിയുമാകുന്നു. ധനു; ധനുസ്സാണല്ലോ വില്ല്. കൺപുരികത്തെ വില്ലായികല്പിക്കാറുണ്ട്. ധനു കഴിഞ്ഞ് മകരം. മകരമെന്നാൽ മകരമത്സ്യം-മീൻ. കാമദേവന്റെ കൊടിയടയാളം. അത് ആ കക്ഷിയുടെ തെരഞ്ഞെടുപ്പ് ചിഹ്നം. (ചിന്നംവിളിയുടെ ചിഹ്നം). കുംഭമെന്നാൽ കുടം. വിത്ത് കുടം. പുല്ലിംഗസൂചകം. പണ്ട് ഗ്രാമീണർ പച്ചക്കറിവിത്തുകൾ മൺപാനി(മൺകുടം)യിലും സൂക്ഷിച്ചുവെച്ചിരുന്നു. അടുത്തത് മീനം. അത് മീൻ തന്നെ. കാമദേവൻ മീനധ്വജൻ. മീനമാസം വസന്തകാലത്തിന്റെ ആരംഭം.

11. കൃഷിയും സംസ്കൃതിയും

ആദ്യമൊക്കെ വേട്ടയ്ക്ക് വേണ്ടിയാവാമെങ്കിലും പിന്നീട് കൃഷിയ്

ക്കായിരിക്കാം മനുഷ്യർ അവരുടെ ആയുധനിർമ്മാണചാതുര്യം വിനിയോഗിച്ചത്. കെട്ടിടങ്ങളും പാതകളും പാലങ്ങളും പ്രധാനമായും ധാന്യശേഖരണപ്രക്രിയയുടെ ഉപോൽപ്പന്നങ്ങൾ. ധാന്യങ്ങൾ ബാക്കി വന്നതോടെ നേരങ്ങളും ബാക്കിവന്നു. കൃഷിയുടെ വളർച്ചതന്നെയായിരുന്നു സംസ്കൃതിയുടെ വളർച്ചയും. അതുപോലെ കൃഷിയും ഭാഷയും. അത് വലിയൊരന്വേഷണ വിഷയം. കടങ്കഥകൾ, ചൊല്ലുകൾ, ശൈലികൾ, പാട്ടുകൾ, നാടകങ്ങൾ, ആഖ്യായികകൾ അങ്ങനെ ഒട്ടെല്ലാ സാഹിത്യപ്രരൂപങ്ങൾക്കും കൃഷിയുമായി ആത്മബന്ധം. നെല്ലിന് സംഗീതവുമായും ഹൃദയൈക്യം. നെൽക്കൃഷിയ്ക്ക് ഒരു താളവും ലയവുമുണ്ട്. അത് ഉച്ചമോ നീചമോ അല്ല മധ്യം. നെൽസമൃദ്ധിയുള്ള പ്രദേശങ്ങൾ ഗ്രാമീണ ഗീതങ്ങളുടെയും ശാസ്ത്രീയ സംഗീതത്തിന്റെയും ഈറ്റില്ലങ്ങളായിരുന്നു. മിക്ക ആദിമനിവാസികളും മികച്ച നെൽക്കർഷകർ. അവരുടേതും നെല്ലിന്റെ ഗീതം. ജീവിതം സംഗീതമയം. നെല്ലിടങ്ങൾ പലതരം കലകളുടെയും കേദാരങ്ങൾ.

12. സംഘകാല ഐന്തിണകൾ

കുറിഞ്ചി, മുല്ലൈ, പാലൈ, മരുതം, നെയ്തൽ-ഇവയാണല്ലോ ഐന്തിണകൾ. ആ തരംതിരിവുകൾ ഇപ്പോഴും ഈ നാടിന് യോജിക്കും. കാട് മുതൽ കടല്വരെയുള്ള സുഘടിതമായ ഐന്തിണകളുടെ നടുനായകമാണ് നെൽവയൽ. എത്ര ശാസ്ത്രീയമാണെന്നോ ആ സംഘകാല മണ്ണറിവ്! അത് നാമിന്നുദ്ഘോഷിക്കുന്ന നീർത്തടാധിഷ്ഠിത സമ്പദ്വ്യവസ്ഥയെക്കാൾ ശാസ്ത്രീയം.

ആ ആഹാരയൂഥത്തിലെ സൂര്യനാണ് ഞാറ്. ഞാറും ഞായറും തമ്മിൽ ഉറ്റ ബന്ധം. ഞായറിൽനിന്നാണ് ഞാറ് മൊളച്ചത്. ഞാറ്റുവേലയെന്നാൽ ഞായറിന്റെ നേരം. അത് ഞാറ്റുപിടി പൊരിച്ചു നടാൻ പറ്റിയ കാലം. മേലേ സൗരയൂഥം. കീഴെ ആഹാരയൂഥം. അവിടത്തെ ക്ഷീരപഥം സാങ്കല്പികം. ഇവിടത്തേത് യാഥാർഥ്യം. കാരണം വയലുകൾ പണ്ട് ഗോപഥവും അങ്ങനെ ക്ഷീരപഥവുമായിരുന്നു. ഗോക്കൾ ചാണകത്തിനാൽ വയലുകളുടെ ഉർവരത പുതുക്കിക്കൊണ്ടിരുന്നു. തോലും ചാണകവും വെണ്ണീറുമുണ്ടെങ്കിൽ മറ്റൊരു വളവും കീടനാശിനിയും ആവശ്യമില്ല. ഇവയുടെ ക്ഷയം മരുതത്തെയും (വയൽ) ക്ഷയിപ്പിച്ചു. മുല്ലൈകൾ കാലികളുടെ മേച്ചിൽപ്പുറങ്ങൾ. (മുല്ലൈനിലങ്ങളിലൂടെ ഒഴുകുന്ന പെരിയ ഒരാറായിരിക്കാം മുല്ലൈപ്പെരിയാറ്.)

വയലുകളും തൊടികളും കൂടി ഉൾപ്പെട്ടതാണ് മരുതം. പാടങ്ങളിൽ

ഭിന്നഭിന്നങ്ങളായ ധാന്യങ്ങളും പച്ചക്കറികളും. വയലോരങ്ങളിലാകട്ടെ, എണ്ണമറ്റ ഇലക്കറികൾ. രുചികരമായ കിഴങ്ങുകൾ, വൈവിധ്യമാർന്ന പഴങ്ങൾ, ചെറുധാന്യങ്ങൾ. കുറിഞ്ചികളെന്ന മലഞ്ചെരിവുകളിലോ, അസാധ്യമായ സുഗന്ധദ്രവ്യങ്ങൾ. ലോകത്ത് മറ്റൊരിടത്തുമില്ലാത്ത മലഞ്ചരുക്കുകൾ! കുറിഞ്ചികളിൽ ഉള്ളവർ കുറിച്യർ. അവർ ഗിരിജനങ്ങളിൽ വലിയൊരു വിഭാഗം. വിശാലമായ തരിശു നിലമായിരുന്നു പാലൈ. പാലൈയും പാലക്കാടും തമ്മിൽ ബന്ധമുണ്ടാവാം. കായലും കൈപ്പാടും കടലോരവും ചേർന്നതാണ് നെയ്തൽ. അവിടെ നെല്ലും മീനും സമൃദ്ധം. അവിടങ്ങളിൽ യഥേഷ്ടമുണ്ടായിരുന്ന മുത്തുകളെപ്പറ്റി സംഘകാല സാഹിത്യകൃതികൾ വർണ്ണിക്കുന്നുണ്ട്.

13. കോലത്തുനാടും ധർമ്മടവും

മലയാളം സ്വർലോകമാകുന്നത് അവളുടെ ചന്തംകൊണ്ടുമാത്രമല്ല സുഗന്ധംകൊണ്ടുകൂടിയത്രെ! ഇവിടത്തെ ഒരു പ്രദേശത്തിന് ഒരു സുഗന്ധദ്രവ്യത്തിന്റെ പേര്. കോലത്ത് നാട്. കോലമെന്നാൽ കുരുമുളക്. ഉത്തരമലയാളത്തിൽ മൊള്. കുരുവിന്റെ രൂപത്തിൽ മുളച്ചുവന്ന ഒരു വിളയാണ് കുരുമൊളക്. അവിടം അതിന്റെ അജയ്യമായ ഒരു സാമ്രാജ്യം. അതുകൊണ്ടാണ് വിദേശികൾ ആദ്യം ഇവിടെ തമ്പടിച്ചത്. പഴശ്ശിരാജാവിനെയും അതിധീരരായ കുറിച്യരെയും വെള്ളക്കാർ ഇല്ലാതാക്കിയത് കുരുമുളകിന്റെ നികുതിപിരിവുമായി ബന്ധപ്പെട്ട പ്രശ്നങ്ങളുടെ പേരിൽ. കുഞ്ഞാലിമരക്കാരെയും കൂട്ടരെയും തഥൈവ. വലിയൊരു പോരാളിയും രാജ്യസ്നേഹിയുമായ കുഞ്ഞാലിമരക്കാരെ ചതിച്ച് കൊല്ലിക്കുകയായിരുന്നല്ലോ സാമൂതിരി. ആ ചതി നമ്മളിപ്പോഴും തുടരുന്നു. പാഠപുസ്തകങ്ങളിലോ ചരിത്രത്താളുകളിലോ അർഹിക്കുന്നത്ര മാഹാത്മ്യം കുഞ്ഞാലിമരക്കാർക്ക് നാം നൽകിയിട്ടില്ല.

അവിശ്വസനീയമായി തോന്നാം. കുരുമുളകിന്റെ ഒരു പര്യായപദമായിരുന്നു ധർമ്മപത്തനം. ഇന്നത്തെ ധർമ്മടം. അതൊരു പ്രമുഖ തുറമുഖം. കയറ്റിറക്കുമതിക്കുപറ്റിയ ഒന്നാന്തരമൊരു അഴിമുഖം. അവിടെനിന്ന് എത്രയെത്ര റാത്തൽ (ഒരു പോർച്ചുഗീസ് തൂക്കത്തിന്റെ പേര്) മൊള് ലോകത്തെവിടെയെല്ലാമെത്തി!

14. മൊളകും പറങ്കിയും

നെല്ലിന്റെ ഒരാങ്ങളവിളയാണ് മൊള് എന്ന ഉണ്ടപ്പക്രു. ചോറിന്റെ കൂട്ടായ കൂട്ടാന്റെ സ്വാദ് കൂട്ടിയിരുന്നത് ഔഷധഗുണംകൂടിയുള്ള ഈ പച്ചക്കറുമൻ. (കുരുമുളകിന് മൊള് എന്നേ ഉത്തരമലയാളത്തിൽ പണ്ട്

പറഞ്ഞിരുന്നുള്ളൂ. അറുപതുകളിലെ ചില പാഠപുസ്തകങ്ങളിലും കാണാം ഈ പ്രയോഗം.) മൊളിനു പകരം പറങ്കിയെന്ന വറ്റൽ മൊളക് നമ്മെ ശീലിപ്പിച്ചത് പറങ്കികൾ; പോർച്ചുഗീസുകാർ. ഇദ്ദേശവാസികളുടെ ഉപയോഗം കുറഞ്ഞാൽ അതിന്റെ ഗുണം അദ്ദേശവാസികൾക്കു കിട്ടുമല്ലോ.

ഇവിടെ വ്യാപകമായിക്കൊണ്ടിരിക്കുന്ന വയറ്റിൽപ്പുണ്ണിന്റെ(അൾസർ) കാരണങ്ങളിലൊന്ന് തേങ്ങയരക്കാതെയുള്ള പറങ്കിക്കറിയുടെ അമിതോപയോഗം. പറങ്കിയുടെ രൂക്ഷത കുറക്കാൻ തേങ്ങയ്ക്കു കഴിയും. പെറ്റോക്ക്(പ്രസവിച്ച സ്ത്രീയ്ക്ക്) അഞ്ചാറുമാസങ്ങളിൽ മൊള് ചേർത്തേ കറിവെച്ചിരുന്നുള്ളൂ. പറങ്കി തൊടീക്കില്ല. ഇപ്പോഴതൊക്കെ പാടേ മാറി. മായവും രാസവിഷങ്ങളും ചേർത്ത പറങ്കിപ്പൊടിയുടെ പ്രയോഗം വ്യാപകമായി. നെൽക്കർഷകരുടെ നല്ലൊരു വരുമാനോപാധിയായിരുന്നു മൊള്. നെല്ലിനെപ്പോലെ മൊളക്വള്ളിയും ക്ഷയോന്മുഖമായി. കൊണ്ടുപോകാൻ കഴിയില്ലെന്ന് സാമൂതിരി കരുതിയ ഞാറ്റുവേലയ്ക്ക് സമനിലതെറ്റി. എടവപ്പാതിയല്ല, മുഴുവൻപാതിയും നാം വിറ്റുതുലച്ചു. ഉല്പന്നങ്ങൾക്കെന്നതുപോലെ ചില വാക്കുകൾക്കും വേണം സവിശേഷ സ്ഥലപദവി. ഉദാ: പറങ്കി. ഇത് ഉത്തര മലയാളത്തിൽ മാത്രം പ്രയോഗത്തിലുള്ള ഒരു തനതുപദം. പറങ്കി കൊണ്ടുവന്നത് പറങ്കികളാണെന്നും അവർ താവളമാക്കിയത് അവിടെയാണെന്നും ഈ വാക്ക് പറയാതെ പറയുന്നു.

15. ആദ്യകാല വാണിജ്യബന്ധങ്ങൾ

സുഗന്ധവ്യഞ്ജനങ്ങളുടെയും വനവിഭവങ്ങളുടെയും വിളനിലമായിരുന്ന മലബാറിന് ആയിരത്താണ്ടുകൾക്കുമുമ്പേ ഇന്ത്യയിലെ ഇതരസ്ഥലങ്ങളുമായും പല വിദേശരാജ്യങ്ങളുമായും വ്യാപാര ബന്ധങ്ങളുണ്ടായിരുന്നു. ഇവിടെ സുലഭമായിരുന്ന സുഗന്ധവ്യഞ്ജനങ്ങൾക്ക്, പ്രത്യേകിച്ച് കുരുമുളകിന്, ലോകത്തെല്ലായിടത്തും എന്തെന്നില്ലാത്ത ഒരു പ്രിയമായിരുന്നു. അതിന്റെ എരിവും വീര്യവും സ്വാദും അവർക്ക് ഹരം പകർന്നു. അതിനെക്കാളുപരി അതൊന്നാന്തരമൊരു പ്രിസർവേറ്റീവ്. പാചകം ചെയ്തതും ചെയ്യാത്തതും കേടാകാതെ കരുതിവെക്കാം.

ഏതെല്ലാം രാജ്യക്കാർ ഏതെല്ലാം കാലഘട്ടങ്ങളിലാണ് നമ്മുടെ നാടുമായി വ്യാപാരബന്ധത്തിൽ ഏർപ്പെട്ടതെന്നും നാവികകലയിലും കപ്പൽനിർമ്മാണത്തിലും സമർത്ഥരായ മലയാളികൾ എവിടെയൊക്കെ വാണിജ്യയാത്രകൾ നടത്തിയെന്നും 'പ്രാചീനകേരളത്തിന്റെ വാണിജ്യ

ബന്ധങ്ങൾ' എന്ന പുസ്തകത്തിൽ ശ്രീ. വേലായുധൻ പണിക്കശ്ശേരി ചർച്ചചെയ്തിട്ടുണ്ട്. പ്രാചീനനാഗരികരായ മോഹൻജദാരോ, ഹാരപ്പാ നിവാസികളുമായും മെസപ്പൊട്ടേമിയക്കാരുമായും കേരളീയർ ബന്ധപ്പെട്ടിരുന്നു. കേരളത്തിന് സിന്ധിന്റെ തീരത്തുകൂടി, മധ്യപൗരസ്ത്യ ദേശങ്ങളിലേയ്ക്ക് കരയിലൂടെ ഒരു വാണിജ്യപാതയുണ്ടായിരുന്നുവെന്ന് ജെ. ഡബ്ല്യു. പാരി എന്ന ഗവേഷകൻ കണ്ടെത്തിയിട്ടുണ്ട്.

അതിശയകരമായ ഒരു കാര്യം: ഏറ്റവുമാദ്യം കയറ്റിക്കൊണ്ടുപോയിരുന്ന ചരക്കുകളുടെ കൂട്ടത്തിൽ കുരുമുളകിന്റെ പേര് കാണുന്നില്ല. അത് വിദേശീയരെ മത്തുപിടിപ്പിച്ചത് പിൽക്കാലത്താണ്. അസ്സീനിയക്കാർ, ബാബിലോണിയക്കാർ, ഫിനീഷ്യർ എന്നിവരാണ് കേരളവുമായി ആദ്യം ബന്ധം പുലർത്തിയിരുന്ന മറ്റു വിദേശികൾ. മലയാളത്തിന്റെ സമ്പത്തായ ഏലം, കറുവപ്പട്ട, എന്നിവയെക്കുറിച്ച് ബൈബിളിൽ പലസ്ഥലങ്ങളിലും പരാമർശം കാണാം. ബൈബിളിലെ പുറപ്പാട് പുസ്തകത്തിലെ 35-മധ്യായത്തിൽ, മോസസ് മതകർമങ്ങൾക്കായി കറുവപ്പട്ട തുടങ്ങിയ സുഗന്ധദ്രവ്യങ്ങൾ കൊണ്ടുവരാൻ ഇസ്രായേൽ ജനതയോട് ആഹ്വാനം ചെയ്തതായും മതകർമങ്ങൾക്ക് ഇവ ധാരാളം ഉപയോഗിച്ചതായും കാണാം. തരുണീമണികളുടെ സുന്ദരശരീരം സുഗന്ധപൂരിതമാക്കാനുള്ള തൈലങ്ങളും ധൂമക്കൂട്ടുകളും ഉണ്ടാക്കാൻ മാത്രമല്ല ശവശരീരം കേടുകൂടാതെ സൂക്ഷിക്കാനും നമ്മുടെ സുഗന്ധദ്രവ്യങ്ങൾ അവർ ഉപയോഗിച്ചു. പ്രാചീനകാലത്ത് ഇന്ത്യയുടെ ഇതരഭാഗങ്ങളിലേയ്ക്ക് കേരളത്തിന്റെ തുറമുഖങ്ങളിൽ നിന്ന് ചരക്കുകൾ കയറ്റിയയച്ചിരുന്നുവെന്ന് പെരിപ്ലസ്സിന്റെ ഗ്രന്ഥകാരൻ രേഖപ്പെടുത്തിയിട്ടുണ്ട്. കാർത്തേജ് പട്ടണത്തിന്റെ ഗോപുരവാതിലുകൾ കേരളത്തിൽനിന്നു കൊണ്ടുപോയ ചന്ദനത്തടികൾ കൊണ്ടാണ് പണിതത്. (കടപ്പാട്: 01/10/2018 ന്റെ കറന്റ് ബുക്സ് ബുള്ളറ്റിൻ)

16. ശശി തരൂരിന്റെ ഓക്സ്ഫഡ് പ്രസംഗം

സായ്പന്മാർ എത്തിയതോടെ ഇന്ത്യൻ സമ്പദ്വ്യവസ്ഥ മെച്ചപ്പെടുകയായിരുന്നു എന്നാണല്ലോ നമ്മിൽ പലരും ഇപ്പോഴും കരുതുന്നത്. എന്നാൽ വെള്ളക്കാർ നമ്മെ കൊള്ളയടിക്കുകയായിരുന്നു, എന്നാണ് 2016 ഒക്ടോബർ 23 ന് (യു.എൻ. ദിനസംക്രമത്തിൽ) ഓക്സ്ഫഡ് സർവകലാശാലയിൽവെച്ച് നടത്തിയ ഉജ്ജ്വലമായ ഒരു പ്രഭാഷണത്തിലൂടെ ശ്രീ. ശശി തരൂർ സമർത്ഥിച്ചത്. ആ വകയിൽ ബ്രിട്ടൻ ഇന്ത്യയ്ക്ക് കോടാനുകോടി പൗണ്ട് നഷ്ടപരിഹാരം നൽകാനുണ്ട് എന്ന് അദ്ദേഹം

സ്ഥാപിച്ചു. പ്രസ്തുത വർത്തമാനം വികസിപ്പിച്ച് ഒരു പുസ്തകമാക്കിയിട്ടുണ്ട്. ദ ഡാർക് എയ്ജ്(ആംഗലേയം) ഇരുണ്ടയുഗം (മലയാളം). ഒരു കാര്യം നമുക്കിവിടെ കൂട്ടിച്ചേർക്കാം. അന്ന് അവർ ഇവിടെ വന്ന് കൊള്ളയടിച്ചു. ഇന്നാകട്ടെ അക്കൂട്ടർ അവിടെയിരുന്ന് കൊള്ളയടിക്കുന്നു. അഥവാ നാം അവർക്ക് അങ്ങോട്ടുകൊണ്ടുപോയി കാഴ്ചവെക്കുന്നു. ശ്രീ.ശശിതരൂർ ഉൾപ്പെടെയുള്ള നമ്മൾ അതിന് കൂട്ടുനിൽക്കുകയും ചെയ്യുന്നു.

ബി.സി.മൂന്നാം നൂറ്റാണ്ടുമുതലേ 5 ലക്ഷം പവൻ സ്വർണ്ണനാണയത്തിനുതുല്യമായ ഒരു തുക കച്ചവടത്തിലൂടെ മലബാറിനു പ്രതിവർഷം കിട്ടുമായിരുന്നു എന്ന് പ്ലിനി രേഖപ്പെടുത്തിയിട്ടുണ്ട്. (19-ാം നൂറ്റാണ്ടിലെ കേരളം പി.ഭാസ്കരനുണ്ണി). അറബികളുടെയും യവനരുടെയും വ്യാപാരം സർഗ്ഗാത്മകമായിരുന്നു. യഥാർത്ഥ കൊള്ളക്കൊടുക്ക; കൊള്ളലും കൊടുക്കലും. എന്നാൽ പിന്നീട് യൂറോപ്യർ നടത്തിയത് സാക്ഷാൽ കൊള്ള. ദാദാഭായ് നവറോജി ഇക്കാര്യം യുക്തിയുക്തം സമർത്ഥിച്ചിട്ടുണ്ടല്ലോ. എന്നാൽ ആ മഹാമനീഷിയുടെ ആശയങ്ങൾ ബോധപൂർവ്വം മറച്ചുപിടിക്കുകയാണ് നാം ചെയ്തത്.

17. ദരിദ്രർ അധിവസിക്കുന്ന സമ്പന്ന രാജ്യം

അതിസമ്പന്നമായ ഇന്ത്യാരാജ്യം, ദരിദ്രമായത് ബ്രിട്ടന്റെ കൊള്ള കൊണ്ടാണെന്ന് കണ്ണുള്ളവർ കണ്ടു. ആ ഇന്ത്യ ഇന്ന് എങ്ങനെ പരമദരിദ്രമായി? യഥാർത്ഥത്തിൽ ഇന്ത്യ ഇപ്പോഴും സമ്പന്നം. ഉള്ള സമ്പത്ത് മുഴുവൻ ഏതാനും ചിലരുടെ കൈകളിലാണെന്നുമാത്രം. താണജാതിക്കാർതന്നെയാണ് താഴ്ന്ന വരുമാനക്കാരും. അവർ സാമ്പത്തികമായി മാത്രമല്ല സാമൂഹ്യമായും വിവേചനം നേരിടുന്നു. അങ്ങനെയാണ് ഇന്ത്യ പരമദരിദ്രർ അധിവസിക്കുന്ന ഒരു സമ്പന്നരാജ്യമായത്. India is a rich Country with poor people എന്നൊരു ചൊല്ലുതന്നെ സാമ്പത്തിക ശാസ്ത്രത്തിൽ നിലവിലുണ്ട്.

18. വെള്ളക്കാരന്റെ ഭാരം (White man's burden)

ആഫ്രിക്കയെ ഇരുണ്ടതെന്ന് വിശേഷിപ്പിച്ചത് അതിനെ വെളുപ്പിക്കാൻ, അതായത് നശിപ്പിക്കാൻ. (തറവാട് വെളുപ്പിക്കുക എന്ന ശൈലി നോക്കുക.) നമ്മുടെയെന്നല്ല, മാനവരാശിയുടെതന്നെ തായ്‌വീടായിരുന്നല്ലോ കറുത്ത ആഫ്രിക്ക. കാട് കറുത്ത കാട് മനുഷ്യനാദ്യം പിറന്ന വീട്. ആ കറുപ്പ് കരുത്തായിരുന്നു. കറുകറുത്ത മണ്ണ്. കറുകറുത്ത മണ്ണാണ് ഏറ്റവും ഉർവരം. കറുകറുത്ത ശരീരംപോലെതന്നെ.

മണ്ണിനടിയിലും മോളിലുമായി എത്രയെത്ര സമ്പത്തുകൾ! ഖനിജങ്ങൾ, ആഹാരയിനങ്ങൾ, സസ്യങ്ങൾ, പക്ഷികൾ, മൃഗങ്ങൾ, സൂക്ഷ്മജീവികൾ, ജൈവജനുസ്സുകൾ. അവയൊക്കെ അവർ മുച്ചൂടും മുടിച്ചു. അതിനുപറയുന്ന പേരോ വെള്ളക്കാരന്റെ ഭാരം. അവർ ഒരു പാടും പെട്ടില്ല. ഒരു ഭാരവും പേറിയില്ല. എല്ലാം വെട്ടിവിഴുങ്ങുകയായിരുന്നു. വെള്ളക്കാർ അക്ഷരാർത്ഥത്തിൽ കൊള്ളക്കാർ. അവരുടെ വെള്ളക്കൊട്ടാരങ്ങൾ കെട്ടിപ്പൊക്കിയത് കറുത്തവരുടെ വിയർപ്പും കണ്ണീരും ചോരയും മജ്ജയും മാംസവും കൊണ്ട്. ഇന്ന് അതിസമ്പന്നരായി ഞെളിയുന്ന ഇംഗ്ലണ്ട്, അമേരിക്ക, ഫ്രാൻസ്, സ്പെയിൻ, പോർച്ചുഗൽ തുടങ്ങിയ യൂറോപ്യൻ രാജ്യങ്ങൾക്കെല്ലാം ഇതുബാധകം. ആഫ്രിക്ക കഴിഞ്ഞാൽ ഇന്ത്യയായിരുന്നു സമ്പന്നം. ആദ്യം ആഫ്രിക്കയെ പിന്നെ ഇന്ത്യയെ അവർ വെളുപ്പിച്ചു. തവിട്ടു സായ്പന്മാർ ആ പ്രക്രിയ അഭംഗുരം തുടരുകയും ചെയ്യുന്നു. അതൊക്കെ ആത്യന്തികമായി ബാധിക്കുന്നത് അടിസ്ഥാനവർഗ്ഗത്തെയാണ്, കർഷകരെ; ഫലത്തിൽ കൃഷിയെ.

അനുബന്ധം: പല രാജ്യങ്ങളിലേയും ആദിമനിവാസികളെ ഇല്ലാതാക്കിയാണ് അവിടങ്ങളിൽ യൂറോപ്യൻ അധിനിവേശം നടത്തിയതും അധികാരം സ്ഥാപിച്ചതും. അതിന് ആസ്ത്രേലിയയിലെയും സ്പെയിനിലെയും ഭരണാധികാരികൾ ഒന്നുരണ്ടുവർഷം മുന്നേ അവരോട് മാപ്പ് ചോദിക്കുകയുണ്ടായി. എന്ത് മാപ്പ്? എന്തിന് മാപ്പ്? ആരോട് മാപ്പ്? തല്ക്കാലം കുറ്റബോധമെങ്കിലും ഉദിച്ചല്ലോ. അത്രയും ആശ്വാസം.

19. മെക്കാളെയുടെ മക്കൾ

മറ്റുപലതുമെന്നപോലെ നമ്മുടെ വിദ്യാപദ്ധതിയും കാർഷികവിരുദ്ധമെന്നു വേണം വിലയിരുത്താൻ. അതിന്റെ പശ്ചാത്തലമൊന്നു നോക്കാം. ഭക്ഷ്യസ്വയംപര്യാപ്തമായ ഗ്രാമങ്ങൾ ഉള്ളിടത്തോളം കാലം ഇന്ത്യയെ കീഴടക്കാനാകില്ലെന്ന് ആദ്യം മനസ്സിലാക്കിയത് മെക്കോളെ സായ്പനായിരുന്നു. പലപലഗ്രാമങ്ങളും നേരിട്ടു സന്ദർശിച്ച് പഠിച്ചതിന്റെ ഒരു ശാസ്ത്രീയനിഗമനമായിരുന്നു അത്. അതാണ് യഥാർത്ഥ ഇന്ത്യയെ കണ്ടെത്തൽ. ഇന്ത്യ ജീവിക്കുന്നത് ഗ്രാമങ്ങളിലാണ്, എന്നല്ല ഗ്രാമങ്ങളുള്ളതുകൊണ്ടാണ് ഇന്ത്യ ജീവിക്കുന്നത്. അത് തകർക്കാനുള്ള ഒരു മെഗാ പ്രൊജക്ടായിരുന്നു (പഞ്ചവത്സരപദ്ധതിയെന്നു പറയാം) കുപ്രസിദ്ധമായ ആ വിദ്യാനയം; മെക്കോളെ സായ്പന്റെ മിനിറ്റ്സ്-1835.

സ്വാതന്ത്ര്യം കിട്ടിയിട്ട് ഏഴരപ്പതിറ്റാണ്ട് കഴിഞ്ഞിട്ടും വെള്ളക്കാരെ വികലമായി അനുകരിക്കാനല്ലാതെ (വലിയൊരു മിമിക്സ് പരേഡാണ

ല്ലോ ഇന്ത്യയിൽ അരങ്ങേറിയതും അരങ്ങ് തകർക്കുന്നതും). അതിനു ബദലായി കൃഷിയെയും വിദ്യയെയും സമഗ്രമായി സമന്വയിക്കാനുള്ള ഒരു ശ്രമവും നാം നടത്തിയിട്ടില്ല. അപക്വമായ ഒരമേരിക്കൻ അനുകരണമാണെങ്കിലും ആ വഴിക്കുള്ള ഗാന്ധിജിയുടെ ചിന്തകളെ കാലാനുസൃതമായി മെച്ചപ്പെടുത്താനുള്ള ഒരാലോചനയും ഭരണാധികാരികളുടെ ഭാഗത്തുനിന്ന് ഉണ്ടായിട്ടില്ല. സ്വാതന്ത്ര്യത്തിന്റെ അമൃതമഹോത്സവം ആഘോഷിക്കുമ്പോഴും കോടാനുകോടി ആളുകൾക്ക് നേരാംവണ്ണം അന്നവും അക്ഷരവും തൊഴിലും ഉറപ്പുവരുത്താൻ കഴിയാത്തതിന്റെ പ്രധാന കാരണം ഇതായിരിക്കില്ലേ? 2021ന് പുറത്തുവന്ന ലോകദാരിദ്ര്യപ്പട്ടികയിൽ 116-ൽ 101-ാം സ്ഥാനത്താണ് നമ്മുടെ മഹാഭാരതം! മറ്റൊരു പട്ടിക കൂടി ഈയിടെ കാണാനിടയായി. ലോകപരിസ്ഥിതിസ്ഥാനത്ത് നമ്മുടെ മഹാരാജ്യത്തിന്റെ ഇടം 180 ൽ 168. ഭാരതമെന്ന പേർ കേട്ടാൽ...

20. കരിതവിപ്ലവം (പച്ചയുച്ചാടനം)

നല്ല മേനിയും പ്രതിരോധശേഷിയുമുള്ള് ഒരു ലക്ഷത്തിൽപ്പരം നെൽവിത്തുകൾ ഇന്ത്യാമഹാക്ഷേത്രത്തിൽ ഉണ്ടായിരുന്നുവെന്ന് നിരവധി പഠനങ്ങൾ. ഭിന്നഭിന്നമായ ആ വിത്തിനങ്ങൾ കരിത വിപ്ലവത്തിലൂടെ ഛിന്നഭിന്നമായി. ലക്ഷം വിത്തുകൾക്ക് കോടിയിട്ട വകയിൽ കുറേ ആസാമിനാഥന്മാർക്ക് കിട്ടിയത് എത്രയെത്ര കോടികൾ, എന്തൊക്കെ സ്ഥാനമാനങ്ങൾ! ആ വിപ്ലവാഭാസത്തിന്റെ മാതൃകാസ്ഥാനമായ പഞ്ചാബിലെ ഏഴ് ജില്ലകൾ, (മാതൃകാജില്ലകൾ) ഇന്ന് അർബുദത്തിന്റെ പിടിയിൽ. അവിടങ്ങളിൽനിന്നുള്ള 'ഹിബാക്കുഷ'മാരെ കയറ്റി, എല്ലാ നാളും രാജസ്ഥാനിലെ 'കോട്ട' എന്നിടത്തെ ഒരു കേൻസറാശുപത്രിയിലേക്ക് പോകാറുണ്ടത്രെ. വണ്ടിയുടെ പേർ- Cancer Train അർബുദവണ്ടി. അത്ഭുതവിപ്ലവത്തിന്റെ ഉപോൽപ്പന്നം-അർബുദവിപ്ലവം.

ഹിമാലയത്തിന്റെ സാന്നിദ്ധ്യംകൊണ്ട് അതീവ ഉർവരങ്ങളായിരുന്ന പഞ്ചാബ്പാടങ്ങളിൽ കൊണ്ട് കുമിച്ച രാസവളകീടനാശിനികളുടെ പ്രത്യാഘാതങ്ങളായിരുന്നു അർബുദങ്ങളും മറ്റനേകം രോഗങ്ങളും. (ഇതൊക്കെ നിഷേധിക്കാനും മറച്ചുപിടിക്കാനുമുള്ള വ്യഗ്രതാരോഗം നമുക്കുമുണ്ട്.) 1984-ൽ ഭോപ്പാൽ കൂട്ടക്കൊല നടത്തിയത് അവിടെയുള്ള ഒരമേരിക്കൻ കീടനാശിനിക്കമ്പനിയാണെന്ന കാര്യവും നാം സമർത്ഥമായി മൂടിവെക്കുന്നു. ഇപ്പോഴുമതിന്റെ പ്രത്യാഘാതം തീർന്നിട്ടില്ല. മറ്റൊരു ഹിരോഷിമയായി, നാഗസാക്കിയായി, എന്മകജെയായി, മലയാ

ളം പ്ലാന്റേഷനായി അതവിടെ നിലനില്ക്കുകയാണ്. അതിന്റെ പേരിൽ ആ കമ്പനിയുടെ ഉടമയ്ക്ക് ഒരു ശിക്ഷയുമില്ല.

നമ്മുടെ സ്വാതന്ത്ര്യലബ്ധിയെന്നതുപോലെ ദേശീയോദ്ഗ്രഥനവും ഒരു കാർഷികോൽപ്പന്നമാണെന്ന് കാണാം. പഞ്ചാബിൽ പിന്നീട് തല പൊക്കിയ ഭീകരവാദം ഹരിതവിപ്ലവത്തിന്റെ ഒരു പ്രത്യാഘാതമായിരുന്നു എന്ന് എം.മുകുന്ദന്റെ ദൽഹിഗാഥകൾ എന്ന നോവലിലെ ഒരു പത്രപ്രവർത്തകകഥാപാത്രം നിരീക്ഷിക്കുന്നുണ്ട്. ആ വിപ്ലവാഭാസത്തിന്റെ വ്യാപനം ഇന്ത്യയിൽ മറ്റു പലേടങ്ങളിലും പല ഛിദ്രശക്തികൾക്കും തലപൊക്കാനുള്ള സാഹചര്യമൊരുക്കിയെന്നും പലരും വിലയിരുത്തിയിട്ടുണ്ട്. എന്നാൽ അവയെല്ലാം നമ്മുടെ അധികൃതരും സിൽബന്തികളും പാടേ അവഗണിക്കുകയാണുണ്ടായത്.

21. ധവളവിപ്ലവം (വരിയുടക്കൽ)

പച്ചവിപ്ലവത്തിന്റെ തുടർച്ചയാണല്ലോ വെളുത്തവിപ്ലവമെന്ന വരിയുടക്കൽ. കാർഷികവിപ്ലവത്തിലൂടെ, അമൂല്യങ്ങളായ നമ്മുടെ ഒട്ടുമിക്ക വിത്തുകളും കുറ്റിയറ്റപ്പോൾ പാൽവിപ്ലവത്തിലൂടെ ഭിന്നഭിന്നമായ കന്നുകാലിജനുസ്സുകളും ഛിന്നഭിന്നമായി. എന്നിട്ടിപ്പോൾ നാടൻ പൈക്കളുടെയും കുള്ളൻ ജനുസ്സുകളുടെയും പിന്നാലെ നാണമില്ലാതെ നടക്കുകയാണ് നാം. കാസർഗോഡ്-വടകര-വെച്ചൂർ-ഇത്യാദി നാടൻ പൈക്കൾക്ക് വൻ ആവശ്യക്കാരാണിപ്പോൾ. കുറച്ച് പാലേ ഉള്ളൂ എന്നതിന്റെ പേരിൽ അന്ന് ആ വർഗ്ഗം വല്ലാതെ അവഹേളിക്കപ്പെട്ടിരുന്നു. ആകാശവാണി, സ്വകാര്യ മാധ്യമങ്ങൾ, പാഠപുസ്തകങ്ങൾ തുടങ്ങിയവയിലൂടെ ആ നിന്ദ തുടർന്നു. ഇപ്പോൾ പറയുന്നു പാൽ കുറച്ചുമതി. അതമൃതിന് തുല്യമാണ് എന്നൊക്കെ. അവയുടെ ചാണകവും അമൂല്യമാണത്രെ.

അവയെയൊക്കെ ഇല്ലാതാക്കാൻ കൂട്ടുനിന്ന കൂട്ടർതന്നെയാണിപ്പോൾ നാടനിനങ്ങളുടെ വക്താക്കളായി വന്നിരിക്കുന്നത്. നാടൻ പൈക്കൾ ഇനി ഏറെക്കാലമൊന്നും ഉണ്ടാവുകയില്ല. കാരണം നാടൻ കാളജനുസ്സുകൾ ഏറെക്കുറെ ഇല്ലാതായി. ഇല്ലാതെയാക്കി. നാടൻ കാളകളെക്കൊണ്ട് ഇണചേർക്കുന്നത് കുറ്റകരവുമാക്കി. കുറച്ച് പൈക്കൾമാത്രം ബാക്കിയായി. ആ കാമധേനുക്കളുടെ മൂകശാപം ഒന്നുമാത്രംമതി ഈ നാട് മുടിഞ്ഞുപോകാൻ. വരിയുടക്കപ്പെട്ട കാളകൾ=ഷണ്ഡീകരിക്കപ്പെട്ട ആളുകൾ. പ്രതികരണശേഷിയില്ലാത്ത നപുംസകങ്ങൾ. നാടനാളുകളിൽനിന്നുള്ള കുഞ്ഞുങ്ങളെ പെണ്ണുങ്ങൾ പെറരുതെന്നുള്ള നി

യമം താമസംവിനാ നമ്മുടെ പാർലമെന്റ് പാസ്സാക്കുമെന്ന് പ്രതീക്ഷിക്കാം.

ഭീകരമായ മറ്റുചില വിപ്ലവങ്ങളും ഇവിടെ നടക്കുന്നുണ്ട്. മീൻ വിപ്ലവം, മുട്ടവിപ്ലവം, അലോപ്പതി മരുന്ന് വിപ്ലവം..... മറ്റെല്ലാ വിപ്ലവങ്ങളും ഉല്പാദനം വർദ്ധിപ്പിക്കാനാണെങ്കിൽ മീൻ വിപ്ലവത്തിൽ നടക്കുന്നത് കേവലമായ മീൻവംശവിനാശം. അതുണ്ടാക്കുന്ന പ്രത്യാഘാതം ഗുരുതരമായിരിക്കും. സാധാരണക്കാരന്റെ വലിയൊരാശ്വാസമായിരുന്നു താരതമ്യേന കുറഞ്ഞ വിലയ്ക്ക് കിട്ടിയിരുന്ന മീനുകൾ. അവയ്ക്ക് വറുതിയായാൽ പട്ടിണിയും രോഗവും പോഷകപ്രശ്നങ്ങളും വല്ലാതെ പെരുകും. മുട്ടവിപ്ലവത്തിലൂടെ നാടൻ കോഴികളുടെ ജനുസ്സുകളും ഏറെക്കുറെ ഇല്ലാതായി. അതും സാധാരണക്കാരെയാണ് സാരമായി ബാധിക്കുന്നത്. അലോപ്പതിവിപ്ലവത്തിലൂടെ ഇവിടെ ജനാരോഗ്യം കൂടുകയാണോ കുറയുകയാണോ?. കൂടിവരുന്ന വൻകിട ആസ്പത്രികൾ ആരോഗ്യസുസ്ഥിതിയുടെ ലക്ഷണമാണോ? എങ്കിൽ ജനനിബിഡമായ ഭ്രാന്താശുപത്രികൾ ജനങ്ങളുടെ മാനസികസുസ്ഥിതിയുടെ സൂചകങ്ങളായിരിക്കുമല്ലോ!

22. തവളനായാട്ട്

തൊള്ളായിരത്തി അറുപതുഎഴുപതുകളിലെ മഴക്കാല രാത്രികളിൽ നമ്മുടെ വയലേലകളിൽ കണ്ണഞ്ചിപ്പിക്കുന്ന ഒരു കാഴ്ച കാണാമായിരുന്നു; തവളനായാട്ട്. (operation Frog എന്നു പറയാം) കത്തിച്ചുപിടിച്ച ഒരു പെട്രോമാക്സുമായി ഒരാൾ. പിന്നാലെ ഒരു ചാക്കുമായി മറ്റൊരാൾ. ആ ദീപപ്രഭയിൽ കണ്ണ് മിഴിച്ച് പരിഭ്രമിച്ചിരിക്കുന്ന തവളകളെ ഓരോന്നോരാന്നായി പിടിക്കുന്നു, ചാക്കിലിടുന്നു, പോകുന്നു. ആർക്കെന്തു ചേതം? കൗതുകമാർന്ന ആ ദൃശ്യം കുട്ടികൾ മാത്രമല്ല മുതിർന്നവരും മിഴിച്ചിരുന്നാസ്വദിച്ചു. അതുകൊണ്ട് ഗുണമേറെയുണ്ടായി. വൃത്തികെട്ട തവളകൾ മിക്കവാറും തീർന്നുകിട്ടി. എടവപ്പാതിയ്ക്കും തങ്ങളുടെ നല്ല പാതിയ്ക്കും വേണ്ടി തവളകൾ ഒരുക്കിയിരുന്ന ഓർക്കസ്ട്രകളും ഒഴിവായിക്കിട്ടി. പകരം കൊതുകുപടയുടെ സംഗീതവും സൂചീചികിത്സയും സദാസമയവും അനുഭവിക്കാനും പറ്റി. കൊതുകുകളെ കണികാണാനില്ലാതിരുന്ന ഉൾനാടുകളിൽപ്പോലും രാപ്പകലുകളെന്നോ സന്ധ്യകളെന്നോ ഭേദമില്ലാതെ അവയുടെ വിളയാട്ടവും തുടങ്ങി. കന്നിമകരക്കൊയ്ത്തുകൾ അന്ത്യശ്വാസം വലിക്കാൻ തുടങ്ങിയെങ്കിലും കൊതുകുകമ്പനികൾക്കും പനിവ്യവസായികൾക്കും എന്നും കൊയ്ത്തുകാലമായി.

ഒന്നാംതരം കൊതുകുതീനികളായിരുന്നു തവളകൾ. പാർശ്വഫല ങ്ങളേതുമില്ലാത്ത യഥാർത്ഥ ജൈവകീടനാശിനികൾ/നിയന്ത്രകർ. കൊ തുകന്തകനായ തവള കീടാന്തകനുമാണെന്നർത്ഥം. മണ്ണിരമാത്രമല്ല ത വളയും കർഷകമിത്രം. വിളയും തവളയും തമ്മിൽ എന്തെന്നില്ലാത്ത ഒരാത്മബന്ധം. തവളകൾ കുറഞ്ഞപ്പോൾ കീടങ്ങൾ കൂടി. അതിനായി രാസകീടനാശിനികൾ തളിച്ചപ്പോൾ (അമ്പോ! എന്തൊരു പവിത്രമായ അനുഷ്ഠാനം!) ശേഷിച്ച തവളകൾ കൂടി ഒടുങ്ങി. കീടങ്ങൾക്കാകട്ടെ പ്രതിരോധശേഷി കൂടി. നാം വീര്യംകൂട്ടിയടിച്ചു. അവ വീര്യംകൂട്ടി ജ നിച്ചു. കീടങ്ങൾക്കൊന്നും പറ്റിയില്ല. പറ്റിയത് മത്സ്യങ്ങൾക്കും മനു ഷ്യർക്കും. വിളകൾ കുറഞ്ഞു. കൊതുകുജന്യരോഗങ്ങൾ കൂടിക്കൂടി വ ന്നു. കലാലയങ്ങളിലെ ജീവശാസ്ത്രപരീക്ഷണശാലകളിൽ നമ്മൾ കൊന്നുതള്ളിയ പാവം തവളകൾക്കുണ്ടോ വല്ല കൈയും കണക്കും!. കൊതുകുനിയന്ത്രണത്തിനായി വരൾച്ചാദിനം (DRY DAY) ആചരി ക്കാൻ അധികാരികൾ ആഹ്വാനം ചെയ്യാറുണ്ടല്ലോ. അക്കൂട്ടരെ ഭീകര രുടെ പട്ടികയിൽ പെടുത്തി കൊടുംതടവിലിടണം. വെള്ളം കെട്ടിക്കിട ക്കുകയാണ് വേണ്ടത്. എങ്കിലേ തവളകൾ മുട്ടയിട്ട് പെരുകൂ. അവർ ക്കേ ഏറ്റവും ഫലപ്രദമായി കൊതുകുനിയന്ത്രണം സാധ്യമാകൂ. കൊ തുകുജന്യരോഗങ്ങൾ നിവാരണം ചെയ്യാൻ തവളകളെ വളർത്തുകയാ ണ് വേണ്ടത്. വെള്ളം കെട്ടിക്കിടക്കട്ടെ. തവളകൾ പെറ്റുപെരുകട്ടെ. കൊതുകുകൾ കുറയട്ടെ.

23. ചേരപിടുത്തം

ഭേകമേധത്തിന്റെ ഒരനുബന്ധമെന്ന നിലയിൽ മറ്റൊരു കത്തിവേഷ വും ഇവിടെ അരങ്ങുതകർത്തു, ചേരപിടുത്തം. ഉച്ചവെയിൽ താണു തുടങ്ങുന്ന സമയമാണ് ചേരവേട്ടയ്ക്കു പുറപ്പെടുക. ചേരകൾ ഇരപി ടിക്കാനായി മാളംവിട്ടിറങ്ങുന്ന നേരം. പൊത്തിലുള്ളവയെ ഒരു തോട്ടി കൊണ്ട് കുത്തിയിളക്കിയും പിടിക്കും. കൗതുകവസ്തുക്കൾ ഉണ്ടാക്കാൻ വേണ്ടിയാണത്രെ ഇവയെ പിടിച്ചുകൊണ്ടുപോയി തോലുരിക്കുന്നത്. എ ന്നാലത് ബാധിച്ചതു കൃഷിയെ. ചേരകളും കർഷകരുടെ അടുത്ത ബ ന്ധുക്കൾ. വിളയന്തകരായ പെരുച്ചാഴിയെലികളുടെ അന്തകരാണല്ലോ ചേരരാജാക്കന്മാർ. പാമ്പുകൾ പെരുകിയാലും നിയന്ത്രിക്കാൻ ഇവിടെ ആളുകളുണ്ട്. കീരി, കൂമൻ, പരുന്ത്. മഹത്തും ബൃഹത്തുമായ ഒരു ജൈവശൃംഖലയിലെ കണ്ണികളാണല്ലോ എല്ലാം. (മനുഷ്യനില്ലെങ്കിലാ ണ് ഈ ജൈവചക്രം യഥാവിധി കറങ്ങുക) ഏതായാലും ഏതാനുമാ

ണ്ടുകൾക്കുള്ളിൽ ചേരവംശം നാമാവശേഷമാകും. അതോടെ പെരുച്ചാഴികളുടെ വിളയാട്ടം പതിന്മടങ്ങുകൂടും. അത് കാർഷികരംഗത്തെ വല്ലാതെ ബാധിക്കും. നിസ്സാരം നിരുപദ്രവം എന്ന് നാം കരുതി മിണ്ടാതിരുന്ന ചേരപിടുത്തം വരുത്തിവെച്ച പ്രത്യാഘാതം എത്ര ദൂരവ്യാപകമാണെന്നുനോക്കൂ. ഒട്ടുമിക്ക സാമൂഹ്യദുരന്തങ്ങളും ഇങ്ങനെയാണ് സംഭവിക്കുന്നത്. ആദ്യമൊന്നും നാം ശ്രദ്ധിക്കില്ല. നിയന്ത്രിക്കാനാവാത്തവിധം രൂക്ഷമാകുമ്പോഴാണ് നമുക്ക് ബോധോദയംവരിക. അതുകൊണ്ടെന്തുകാര്യം?

24. മനുഷ്യമൃഗശല്യം

ഇക്കാലത്ത് മാധ്യമങ്ങളിലെല്ലാം നിറഞ്ഞുനിൽക്കുന്ന ഒരു വ്യാജവാർത്തയാണല്ലോ മനുഷ്യനും മൃഗങ്ങളുംതമ്മിലുള്ള പോരാട്ടം Man-animal Conflict. മനുഷ്യമൃഗങ്ങളുടെ ഏകപക്ഷീയമായ അധിനിവേശങ്ങൾ എങ്ങനെയാണ് പാവം കാട്ടുമൃഗങ്ങളുടെ ഏറ്റുമുട്ടലുകളാകുന്നത്? കരയും കടലും ഉൾക്കടലും അന്തരീക്ഷവും ആകാശവും ശൂന്യാകാശവും എല്ലാമെല്ലാം കൈയേറി നാശകോശമാക്കിയ മനുഷ്യമൃഗമാണ് ഇപ്പോൾ ഞങ്ങൾക്ക് കൃഷിചെയ്യാനാവുന്നില്ല ജീവിക്കാനാവുന്നില്ല എന്ന് വിളിച്ചുകൂവുന്നത്. നാണവും മാനവുമെന്നല്ല അല്പം ഉളുപ്പെങ്കിലും വേണ്ടേ? യഥാർത്ഥത്തിൽ ആർക്കാണ് ജീവിക്കാനാവാത്തത്? ആര് ആരെയാണ് ജീവിക്കാനനുവദിക്കാത്തത്? കാടും മേടും തോടും കരയും കായലും കട്ട് മുടിച്ചും വെട്ടി നിരത്തിയും നമ്മൾ സംഹാരതാണ്ഡവമാടുമ്പോൾ കരിയുന്ന തൊണ്ടയും പൊരിയുന്ന വയറുമായി മൃഗങ്ങൾ പെടയുന്ന പെടച്ചിലുകളാണ് ആക്രമണങ്ങളായി ചിത്രീകരിക്കപ്പെടുന്നത്. ആടിനെ പട്ടിയും പട്ടിയെ പേപ്പട്ടിയുമാക്കി തല്ലിക്കൊന്ന് തിന്നുന്നു എന്ന് കേട്ടിട്ടേയുള്ളൂ. അതിപ്പോൾ പതിവായി.

ഒന്നോർക്കുക: കാട്ടുമൃഗങ്ങൾക്ക് ഒരു പത്ര(ഇല)മോ നീരോ നീരൊഴുകുന്ന ഒരു ചാനലോ (കനാൽ) ഇല്ല. അവർക്ക് ചർച്ചയില്ല. ചർച്ചുമില്ല. കൊടും വിശപ്പുണ്ട്. കൊടും ബിഷപ്പില്ല. അവറ്റകൾക്ക് നോട്ടോ വോട്ടോ വനഭൂമിയോ കാനനോരമയോ കോടതിയോ വനസഭയോ ഉണ്ടായിരുന്നെങ്കിൽ ആരായിരിക്കും പ്രതിക്കൂട്ടിലാവുക? ആരൊക്കെയായിരിക്കും തൂക്കിലേറുക? നോക്കൂ. ഈ ഭൂമിയ്ക്കും ജൈവരാശിക്കും ഒരു ശല്യമേയുള്ളൂ; അത് മനുഷ്യമൃഗശല്യം. ഭൂമിയുടെ അർബുദമാണല്ലോ മനുഷ്യൻ!

25. ദേശീയവരൾച്ചയുറപ്പുപദ്ധതി

മഹത്തും ബൃഹത്തുമായ ഒരു പദ്ധതിയെ എത്രമാത്രം വികൃതമാക്കാമെന്നതിന്റെ ഉത്തമോദാഹരണമത്രെ മഹാത്മാഗാന്ധിയുടെയും മഹാത്മാ അയ്യങ്കാളിയുടെയും പേരിലുള്ള ദേശീയ-സംസ്ഥാന-തൊഴിലുറപ്പുപദ്ധതി. കൃഷിയുടെ പശ്ചാത്തല സൗകര്യങ്ങൾ ഒരുക്കാൻകൂടി ഇപ്പോൾ തയ്യാറായിട്ടുണ്ടെങ്കിലും അത് മിക്കവാറും ഊന്നുന്നത് പച്ചപ്പുകളെല്ലാം ചെത്തിക്കോരിക്കത്തിച്ച് വരൾച്ച ഉറപ്പുവരുത്തുന്നതിലാണ്. അന്തരീക്ഷം സ്വതേ ചൂടുപിടിക്കയാണല്ലോ. ആഗോളതാപനം കൂട്ടുന്നത് മറ്റാരോ ആണെന്നാണ് നമ്മുടെ ധാരണ. ചൂട് കൂടിയപ്പോഴാണല്ലോ കൊറോണ വന്നത്. അത് അസഹ്യമായപ്പോൾ വൈറസുകൾക്ക് അതിജീവനത്തിനായ് വീര്യം കൂട്ടേണ്ടിവന്നു. അതാണ് ഒമിക്രോൺ. പിന്നെ ഡെമിക്രോൺ. എസ്.എം.എസ്.കൊണ്ട് ചൂട് കുറയില്ല. അതിനു വേണ്ടത് വ്യാപകമായ ഹരിതവൽക്കരണം. അതിനുപകരം നാം ചെയ്യുന്നതോ വിപുലമായ ഹരിതോച്ചാടനം.

അതിനാൽ ഈ പദ്ധതിയെ നല്ല കാഴ്ചപ്പാടോടെ പുനർ വിന്യസിക്കണം. അതിന് എസ്റ്റേറ്റുകാരൊഴികെയുള്ള യഥാർത്ഥ കർഷകരെയും കാർഷികാവബോധമുള്ള രാഷ്ട്രീയക്കാരെയും ജനപ്രതിനിധികളെയും ഉദ്യോഗസ്ഥരെയും ഉൾപ്പെടുത്തിയുള്ള ഒരു സമിതി രൂപീകരിക്കണം. വേതനവും അതീവ ആകർഷകമാക്കണം. മറ്റാനുകൂല്യങ്ങളും വേണം. കൂടാതെ കഠിനമായ ഉച്ചവെയിൽ സമയത്തുള്ള പണി ഒഴിവാക്കുകയും വേണം. അങ്ങെയൊക്കെയായാൽ വിദ്യാസമ്പന്നരായ യുവാക്കളും ഇതിലേയ്ക്ക് വരും. ഭക്ഷ്യപ്രശ്നവും തൊഴിലില്ലായ്മയും മാത്രമല്ല നിരവധി സാമൂഹ്യപ്രശ്നങ്ങളും അതുവഴി കുറഞ്ഞുകിട്ടും. ഒരു സംശയം വരാം. ഇതിനൊക്കെ കാശെവിടെ? ആയുധങ്ങൾ വാങ്ങി കൂമ്പാരമാക്കുന്നത് അൽപം കുറച്ചാൽ മതി. അതിനായുള്ള ആവശ്യങ്ങളും സമ്മർദ്ദങ്ങളും ജനങ്ങളുടെ ഭാഗത്തുനിന്നുയരണം. അയ്യഞ്ചുകൊല്ലം കൂടുമ്പോഴുള്ള സീലടിക്കലോ സ്വിച്ചമർത്തലോ മാത്രമല്ലല്ലോ ജനായത്തം.

26. വേണം തരിശിടൽ

ഒരിടവും തരിശിടരുതെന്നാണ് ഔദ്യോഗികമായ നിർദ്ദേശം. വയലൊക്കെ മണ്ണിട്ടുമൂടുന്നതിനിടയിലാണ് ഈ വെളിപാട്! അത് മറച്ചുവെക്കാനുള്ള ഒരു തന്ത്രമാണിത്. അതവിടെ നിൽക്കട്ടെ. പല വിദേശരാജ്യങ്ങളിലും കർഷകർ ഒരു കൊല്ലം ഇടവിട്ട്മാത്രമേ വിളവിറക്കാറു

ള്ളുവത്രെ. അവിടെ സർക്കാർ നിർദ്ദേശം അങ്ങനെയാണ്. ആ ഇടവേളയിലും കർഷകർക്ക് ആനുകൂല്യം കൊടുക്കും. എന്തിനാണ് ഈ തരിശിടൽ?. നിലത്തിന്റെ സ്വാഭാവികത നിലനിർത്താനും ജൈവാവസ്ഥ വീണ്ടെടുക്കാനും. രാസവളകീടനാശിനീവർഷം ഒഴിവായിക്കിട്ടുകയും ചെയ്യും. തരിശിട്ട നിലങ്ങളിൽ കൃഷി മെച്ചപ്പെടുന്ന കാര്യം നമുക്ക് പരിചിതം. നമ്മുടെ ഇടവഴികളും വഴിവക്കുകളും വയൽക്കരകളും ഒന്നും ചെയ്യാതെ തരിശായി നിലനിർത്തുകയാണ് വേണ്ടത്. ലക്ഷോപലക്ഷം സസ്യയിനങ്ങളെ നശിപ്പിച്ചതിനുശേഷമാണ് നാം പരിസ്ഥിതിദിവസത്തിൽ ഒന്നോ രണ്ടോ മരം നടുന്നത്. ജൂൺ അഞ്ചിന് നട്ട ചെടികൾ ഒക്ടോബർ രണ്ടിന് നാം 'വൃത്തി'യാക്കുകയും ചെയ്യും. പാവം ഗാന്ധിജിയുടെ പേരിൽ ഔദ്യോഗികമായും അനൗദ്യോഗികമായും എത്രയെത്ര സ്ഥാപനങ്ങളാണ് ഇത്തരം ക്രൂരതകൾ ആവർത്തിക്കുന്നത്! ഗ്രാമപഞ്ചായത്ത്, ബ്ലോക്ക്പഞ്ചായത്ത്, ജില്ലാപഞ്ചായത്ത്, സംസ്ഥാനപഞ്ചായത്ത്, ദേശീയപഞ്ചായത്ത്. പഞ്ചപാപപഞ്ചായത്തുകൾ!

വാൽക്കഷ്ണം: നമ്മുടെ മനസ്സും കുറെയൊക്കെ തരിശിടണം. മന:ശാന്തി കൈവരാനും ആരോഗ്യം വീണ്ടെടുക്കാനും അതുതകും.

27. നാഗങ്ങൾ കാവുകൾ ചുട്ടാടുകൾ പിന്നെ

പണ്ട് നാട്ടുമ്പുറങ്ങളിലെങ്ങും വ്യാപകമായുണ്ടായിരുന്ന കൊച്ചു കൊച്ചു പച്ചത്തുരുത്തുകളാണ് നാഗങ്ങൾ. വീട്ടുവളപ്പുകളുടെ അകലെയുള്ള ഒരു മൂലയാണവയുടെ ഇടങ്ങൾ. മരങ്ങളും വള്ളികളും പച്ചപ്പടർപ്പുകളും നിറഞ്ഞ ചെറുകന്യാവനങ്ങൾ. എന്താണിവയുടെ ധർമ്മം? കൃഷിസംരക്ഷണം. ചുറ്റുപാടുമുള്ള നീരിടങ്ങളുടെ ഉറവകൾകൂടിയാകുന്നു നാഗങ്ങൾ. ഈ ധർമ്മംതന്നെയായിരുന്നു കാവുകൾ നിർവ്വഹിച്ചിരുന്നത്. അതുപോലെ മറ്റൊരു ജൈവകലവറയായിരുന്നു നാടൻ ചുട്ടാടുകൾ (ശ്മശാനങ്ങൾ). അമൂല്യങ്ങളും അപൂർവ്വങ്ങളുമായ നിരവധി ഔഷധങ്ങൾ അവിടങ്ങളിൽനിന്ന് യഥേഷ്ടം കിട്ടുമായിരുന്നുവെന്ന് ഒരു വൈദ്യൻ ഈയിടെ പറയുന്നതുകേൾക്കാനിടയായി.ഇപ്പോഴൊന്നുമില്ല എന്ന് അദ്ദേഹം വേദനയോടെ നെടുവീർപ്പിട്ടു. കാവുകളെപ്പോലെ, ചുട്ടാടുകളും സ്മാർട്ടായി. സിമന്റുകട്ടകളിട്ടു. അക്ഷരാർത്ഥത്തിൽ അവ ചുടുകൂടാരമായി. നാട്ടുമ്പുറത്തെ സ്കൂൾവളപ്പുകളും ഇതുപോലെ പച്ചത്തുരുത്തുകളായിരുന്നു. അവ സ്മാർട്ടായതോടെ പച്ചപ്പുകളെല്ലാം ഔട്ടായി. ഇനി സ്കൂളുകൾമാത്രമല്ല നാടാകെ എ.സി. യാക്കേണ്ടിവരും. അപ്പോൾ രാജ്യംതന്നെ സ്മാർട്ടാകും.!

28. ജയ്കിസാൻ ജയ് കിസാൻ

ഒരു രാജ്യത്തിന്റെ തൂണുകളായി നാം പൊതുവെ കൽപ്പിച്ച് പോരുന്നത് ഈ നാല് തൂണുകളെയാണല്ലോ. എൽ.ഇ.ജെ.എം (Legislative, Executive, Judiciary, Media). എന്നാൽ എല്ലാ തൂണുകളുടെയും തൂണായ ഒരു തൂണുണ്ട്. അടിത്തൂൺ. കൃഷി. കൃഷിയില്ലെങ്കിൽ എന്ത് നിയമനിർമ്മാണം, നിർവഹണം, സംരക്ഷണം, മാധ്യമം? കർഷകരില്ലെങ്കിൽ രാജ്യമെന്നല്ല ജനംതന്നെയുണ്ടോ? (ചില തൂണുകൾ താങ്ങിനിർത്തുന്ന ഒരു കെട്ടിടംപോലെയാണ്, രാജ്യമെന്ന സങ്കല്പംതന്നെ എത്ര വികൃതം!) ജവാനുശേഷമാണ് നാം കിസാനു സ്ഥാനം നൽകിയിരിക്കുന്നത്. ഇതുനേരെ മറിച്ചായിരുന്നില്ലേ വേണ്ടിയിരുന്നത്?

ഏതൊരു ജനതയാണോ കൃഷിയെക്കാൾ ഊന്നൽ യുദ്ധത്തിന് കൊടുക്കുന്നത് അവർ അധികം വൈകാതെ തകരും. ആഹാരംമാത്രമല്ല എല്ലാ സമ്പത്തും ഉല്പാദിപ്പിക്കുന്നത് കർഷകർ. എന്നാൽ അർഹിക്കുന്ന അംഗീകാരമോ വേതനമോ നാം അവർക്ക് കൊടുക്കുന്നില്ല. നമ്മുടെ വരുമാനത്തിന്റെ ഭീമമായ ഒരംശം ആയുധങ്ങൾ വാങ്ങിക്കൂട്ടാനാണ് നാം വിനിയോഗിക്കുന്നത്. അതിനാരോടും കണക്കുപറയേണ്ടതില്ല. ഓഡിറ്റില്ല. ഒബ്ജക്ഷനില്ല. എന്തുമാവാം എങ്ങനെയുമാവാം. പാർലിമെന്റിനകത്തോ പുറത്തോ ആർക്കുമിക്കാര്യം ഉരുയാടിക്കൂടാ? അത് ഭീകരതയാകും. രാജ്യദ്രോഹമാകും. ഈ സ്ഥിതി മാറണം. എല്ലാ ഇടപാടുകളും, ഏറ്റവും പാവപ്പെട്ടവന്റേതുൾപ്പെടെയുള്ള നികുതിപ്പണംകൊണ്ടാണ്. നേരാംവണ്ണം തിന്നാതെ കുടിക്കാതെ പഠിക്കാതെ, എന്തായുധം? എന്ത് യുദ്ധം? എന്ത് രാജ്യം? എന്ത് രാജ്യസ്നേഹം? നമുക്കുയർത്തേണ്ടത്, രാജ്യസ്നേഹാത്മകമായ വിശ്വപ്രേമാധിഷ്ഠിതമായ ഈ മുദ്രാവാക്യമാണ്. ജയ് കിസാൻ... ജയ് കിസാൻ...

29. ഐതിഹാസികമായ കർഷക സമരം

2020 സെപ്തംബർ രണ്ടാംവാരം തുടങ്ങുകയും 2021 സെപ്തംബർ 19 ന് തീരുകയും കൃത്യമായി ഉറപ്പുകിട്ടാനായി വീണ്ടും തുടരുകയും ചെയ്ത ദില്ലി കർഷകസമരത്തെ എങ്ങനെ വിശേഷിപ്പിക്കണമെന്നറിയില്ല. നാനൂറോളം നാളുകളിലത് നീളുകയും എഴുന്നൂറിൽപ്പരമാളുകൾ രക്തസാക്ഷികളാവുകയും ചെയ്തു. കൊടുംചൂടും മഴയും മഞ്ഞും പൊടിയും ദാഹവും വിശപ്പും അപവാദവും അവഗണനയും സർവ്വോപരി ഭരണകൂടമർദ്ദനങ്ങളും സഹിച്ച് കർഷകർ നടത്തിയ ആ പോരാട്ടത്തിന് തുല്യം മറ്റൊന്ന് എവിടെങ്കിലും എന്നെങ്കിലും നടന്നിട്ടുണ്ടാവുമോ? ഈ

പോരാട്ടത്തിന് മറ്റൊരു പ്രത്യേകതകൂടിയുണ്ട്. അത് ഷിഫ്റ്റ് സമ്പ്രദായത്തിലായിരുന്നു. ഊഴമിട്ട്. പലരും രാത്രി സമരത്തിൽ. പകൽ കണ്ടത്തിൽ. കൃഷിമുടങ്ങരുതല്ലോ. മറ്റൊന്ന്കൂടിയുണ്ട്. ഇത്തരം പോരാട്ടങ്ങൾ സാധാരണഗതിയിൽ ആണുങ്ങളുടേത് മാത്രമായിരിക്കും. എന്നാൽ ഇത് അക്ഷരാർത്ഥത്തിൽ ആബാലവൃദ്ധം! അച്ഛമ്മമാർ, അപ്പൂപ്പൻമാർ, പെൺകുട്ടികൾ, ആൺകുട്ടികൾ, കൊച്ചുകുട്ടികൾ! ഇതും ഒരു ചരിത്രം. (കാൽനൂറ്റാണ്ടോളം കാലം നീണ്ടുനിന്ന വെള്ളക്കൊട്ടാരത്തിന്റെ ഭീകരാക്രമണങ്ങൾക്കുമേൽ ഹോചിമിൻ ജനത പോരാടിനേടിയ വിജയം മാത്രമേ ഇതിന് മുന്നിലുണ്ടാകൂ). ഇവരുടെ സമരവീര്യത്തിനുമുമ്പിൽ ഭരണമുഷ്ക്കു മുട്ടുകുത്തി. മാപ്പപേക്ഷിച്ചു. (അത് വോട്ടിൽ നോട്ടമിട്ടാണെങ്കിലും) നമ്മുടെ രാഷ്ട്രീയപ്പാർട്ടികൾ ഇതിൽനിന്നൊരു പാഠവും പഠിച്ചില്ല. ഏതായാലും ലോകമാകമാനമുള്ള അടിത്തട്ടിലുള്ളവരുടെ പോരാട്ടങ്ങൾക്ക് ഇതൊരു പാഠവും പാഠപുസ്തകവുമായിരിക്കും-തീർച്ച.

അധ്യായം-3

ഉർവരതയുടെ ഉത്സവങ്ങൾ

പ്രപഞ്ചംപോലെ പഞ്ചഭൂതാത്മകമാണ് സംസ്കൃതി എന്നുപറയാം. ആഹാരം, ആഘോഷം, ഭാഷ, ധനസ്ഥിതി, പരിസ്ഥിതി ഇവയെ അതിന്റെ ഘടകങ്ങളായും കണക്കാക്കാം. ഇവയിൽ ഒന്നൊഴികെ മറ്റിനങ്ങളെക്കുറിച്ചൊക്കെ പലേടങ്ങളിലായി പരാമർശിച്ചുകഴിഞ്ഞു. ഇനി ആഘോഷം. ആഘോഷം, സംസ്കാരത്തിന്റെ ഏറ്റവും ആകർഷകമായ മുഖം. ജനം ഉത്സവപ്രിയരാണെന്ന് കാളിദാസൻ. ഉത്സവപ്രിയാ: ജനാ:. വേലനാളെ ജഗത്തിനിന്നുത്സവവേള എന്ന് കവി.ജി. മനുഷ്യരുടെയെല്ലാം ഉള്ളിൽ ഒരു കുഞ്ഞുണ്ട്. കുഞ്ഞുങ്ങൾ ക്രീഡാതല്പരർ. കളിപോലെ കുട്ടികളെ ഉത്തേജിപ്പിക്കാൻ കഴിവുള്ള മറ്റൊരുപാധിയുമില്ലെന്ന് ജർമൻ വിദ്യാചിന്തകനായ ഫ്രെഡറിക് ഫ്രൊബെൽ. മുതിർന്നവരുടെ ഉള്ളിലുള്ള കുട്ടികളെ ഉത്സാഹഭരിതരാക്കാനാണ് കാർഷികോത്സവങ്ങൾ. അവ സമൂഹത്തിന്റെ വയറും മനവും നിറയ്ക്കുന്നു.

കൃഷിയാണല്ലോ ആധുനികജീവിതം സാധ്യമാക്കിയത്. ജനതയെ നിലനിർത്തുന്നത് കൃഷിയാണെങ്കിൽ കൃഷിയെ നിലനിർത്തുന്നത് ഉത്സവങ്ങൾ. അവ കൃഷിയുടെ കൂടപ്പിറപ്പുകൾ. ഏതൊരു ജനതയ്ക്കും അവരുടേതായ ഒരു മുഖ്യവിളയുണ്ടായിരിക്കും. അവയുമായി ബന്ധപ്പെട്ട അനുഷ്ഠാനങ്ങളും. പഴയകാല ഉത്സവങ്ങളിലെല്ലാം ഒരു കാർഷികസ്പർശം കാണാം. അധ്വാനത്തെ ആഹ്ലാദമാക്കാനും ആഹ്ളാദത്തെ ആഹാരമാക്കാനുമുള്ള സാമൂഹ്യതന്ത്രങ്ങളായിരുന്നു കാർഷികോത്സവങ്ങൾ. അവ കാർഷിക കലണ്ടറുകളുമായിരുന്നു. ഉത്സവച്ചന്തകൾ ക്രയവിക്രയങ്ങൾക്കുള്ള ഉപാധികൾ. കാർഷികവും സാമൂഹ്യവുമായ ആവശ്യങ്ങൾ കുറഞ്ഞതോടെ ഉത്സവങ്ങളിൽ മറ്റുപലതും കടന്നുകൂടി. മതം അവയെ കീഴടക്കി. കാർഷികാചാരങ്ങളെ ചിലർ അന്ധമെന്ന് മുദ്രചാർത്തി ഭ്രഷ്ട് കല്പിച്ചതുകൊണ്ടാണ് മറ്റുചിലർക്ക് അവയെ

ചുളുവിൽ സ്വന്തമാക്കാനായത്.

നിരവധി ആഘോഷങ്ങളുടെ അകമ്പടിയോടെയാണ് നെൽക്കൃഷിയുടെ എഴുന്നള്ളത്ത്. നെൽസ്പർശമില്ലാത്ത ഒരൊറ്റ ഗ്രാമീണോത്സവവും ഇന്നാട്ടിലുണ്ടായിരുന്നില്ല. ഇത്രമാത്രം ആഘോഷങ്ങളെ ആവാഹിക്കുന്ന മറ്റൊരു വിളയില്ല. ഋതുപരിവർത്തനത്തിന് ചുവട്പിടിച്ചാണല്ലോ എല്ലാ കാർഷികചംക്രമണങ്ങളും. ഉത്സവങ്ങളും തഥൈവ. നമ്മുടെ ആഘോഷങ്ങളിൽ ആദ്യം വിഷു. ഇത് ഇന്ത്യയിലെമ്പാടും കൊണ്ടാടുന്ന ആണ്ടുപിറ. വിഷുവിനെക്കുറിച്ചുള്ള മറ്റു വിശേഷങ്ങൾ ഒടുവിൽ.

1. നിറ, പൊലി, പെരുക്കൽ

തുടർന്ന് ഒരുത്സവസമുച്ചയം. നിറ, പൊലി, പെരുക്കൽ. ഇത് കർക്കിടകത്തിൽ. മങ്ങലം കയിച്ചുകൊണ്ടുപോയ നെന്മകളുടെ വയറുനിറയുമ്പോൾ കർഷകപിതാക്കളുടെ അകവും നിറയുന്നു. മനമെന്ന അകവും അകത്തളമെന്ന അകവും. ഇതാണ് നിറ. കണ്ടത്തിൽനിന്ന് കുറച്ച് കതിരുകൾ കൊണ്ടുവരുന്നു. സവിശേഷമായ ചില ഇലകൾ അതോടൊപ്പം ചേർത്ത് വെച്ച് ഓലമടലിന്റെ പാന്തംകൊണ്ട് ഒന്ന് വിരിയുന്നു. വീടിന്റെയും ആലയുടെയും ഏതാനും കഴുക്കോലുകളിൽ കെട്ടിവെക്കുന്നു. ഓരോ നാട്ടിലും ചെറിയ ചെറിയ നിറഭേദങ്ങൾ ഇതിനുണ്ടാകും. കതിരിന്റെ കൂടെ ചില ഇലകൾവെക്കുന്നതിന്ന് പിന്നിൽ മഹത്തായ ഒരു ദർശനമുണ്ട്. നെല്ലിനും മനുഷ്യനും മാത്രമായി നിലനില്പില്ലെന്നും മറ്റു ജൈവജാതികൾകൂടി അനിവാര്യമാണെന്നും ഉള്ള നമ്മുടെ പൂർവ്വികരുടെ പ്രകൃതിബോധം. ആ അറിവിന്റെ നിറവാകുന്നു നിറ. നിറ ഇലയുത്സവം. പൂരം പൂവുത്സവം. വിഷു കായുത്സവം. ക്രമാനുഗതവും ജൈവികവുമായ വളർച്ച.

ആദ്യത്തെ നെല്ലളക്കൽ ഭക്ത്യാദരങ്ങളോടെ. കന്നിമൂലയിൽവെച്ച് കാഞ്ഞിരച്ചപ്പിന്റെയും പൊലിവള്ളിയുടെയും നിറസാന്നിദ്ധ്യത്തിൽ. പൊലിയോപൊലി! വിഷവൃക്ഷമെന്ന് പലരും പറയുന്ന കാഞ്ഞിരം കർഷകർക്ക് ഒരു പാവനമരം. കാരണം അതൊരു കീടനാശകം. വളപ്പരികിൽ കാഞ്ഞിരവും ചേറുമരവുമുണ്ടെങ്കിൽ കണ്ടത്തിൽ കീടബാധ ഉണ്ടാവില്ല. ആൽത്തറ മാത്രമല്ല കാഞ്ഞിരത്തറയും പണ്ട് ചില തെയ്യക്കാവുകളിലുണ്ടായിരുന്നു. പടുമരങ്ങളും വിഷവൃക്ഷങ്ങളും എന്ന് കല്പിച്ച് നാമവയെ ഉന്മൂലനം ചെയ്തു. പകരം മാരകമരങ്ങളെ സാമൂഹ്യവനവൽക്കരണത്തിന്റെ ഭാഗമായി ഇവിടെ വ്യാപിപ്പിക്കുകയും ചെ

യ്തു. അക്കേഷ്യ മുറിച്ചുനീക്കാനുള്ള പണവും പദ്ധതിയും ചില പഞ്ചായത്തുകൾക്കുണ്ട് എന്നതിനെപ്പറ്റി എന്ത് പറയാൻ! കാട് മുടിക്കാൻ ഒരു പദ്ധതി. സാമൂഹ്യവിരുദ്ധമരങ്ങൾ വെച്ചുപിടിപ്പിക്കാൻ മറ്റൊന്ന്. അവ മുറിച്ചുനീക്കാൻ വേറൊന്ന്. അന്ന് പൊലിയോപൊലി! ഇന്ന് പൊളിയോ പൊളി. ഇനി പെരുക്കൽ. പുലർച്ചെ കണ്ടത്തിലെത്തി ഒരു കറ്റ അരിഞ്ഞെടുക്കുന്നു. ചാണകം മെഴുകി വെടിപ്പാക്കിയ തിരുമുറ്റത്ത് ഒരു പലകയിൽകൊണ്ട് വെക്കുന്നു. അടുത്ത്തന്നെ ഒരു നിലവിളക്ക് തെളിയുന്നുണ്ടാകും. ഇത്രയേയുള്ളൂ പെരുക്കൽച്ചടങ്ങ്. പെരുക്കലെന്നാൽ പെരുകൽ വർധിക്കൽ. കേവലമായ വർധനവല്ല. ഗുണപരമായ വർധനവ്. അതായത് ഗുണനം. യഥാർത്ഥ വികസനം.

2. പുത്തരി

ആദ്യം നെന്മകളുടെ മങ്ങലം. അതാണ് നാട്ടി. പിന്നെ അവൾക്ക് വിശേഷം. അതിന്റെ അഹ്ലാദാതിരേകമാണ് നാമിപ്പോൾ കണ്ടത്. നിറ, പൊലി, പെരുക്കൽ. തുടർന്ന് അവൾ കടിഞ്ഞൂൽപെറ്റതിന്റെ ആഘോഷപ്രഹർഷമത്രെ, ഓണം, പുത്തരി, മകം എന്നീ ഉത്സവത്രയം. ആഹാരം ഉത്സവങ്ങൾക്ക് അനുപേക്ഷണീയം. അവ രണ്ടും ഒന്നുതന്നെ. ആഹാരമില്ലാതെന്താഘോഷം? FEAST ൽ നിന്നാണല്ലോ FESTIVAL ഉണ്ടായത്. FEAST WELL = FESTIVAL. ഓണം കഴിഞ്ഞാൽ പുത്തരി. അത് കർഷകരിൽ ഓണത്തെക്കാൾ വലിയൊരാഘോഷമായിരുന്നു. പുത്തരി പണ്ട് രണ്ടുണ്ടായിരുന്നു. ചെറുപുത്തരിയും വലിയ പുത്തരിയും. അരിയുണ്ട, തുമ്പപ്പൂ, കുരുമുളക്, കക്കിരിക്കഷണം എന്നിവ താളാംചപ്പുകളിൽവെച്ച് നിവേദിച്ച ശേഷം കഴിച്ചതിന്റെ രുചി! ചെറുപുത്തരി. തീർത്തും ലളിതം. എന്നാൽ ഹൃദ്യം. വലിയ പുത്തരി ചെറുതല്ലാത്ത ഒരു സദ്യതന്നെ. അയൽവാസികളെയൊക്കെ വിളിക്കും. പുത്തരിവെച്ചുള്ള ആദ്യത്തെ ചടങ്ങാണല്ലോ.

3. മകം

തിരുവോണത്തിനുശേഷമാണെങ്കിലും മകത്തിന് വൈകാരികപ്രാധാന്യം കൂടുമെന്നതിനാൽ ആദ്യം പറയാം. നെല്ല് മകം പെറന്ന മങ്ക. (ആണിനുമുണ്ടൊരു താരം–പൂരം; പൂരം പെറന്ന പുരുഷൻ) നെല്ലും ലക്ഷ്മിയും ഒന്ന്തന്നെ. മകം നെല്ലിന്റെ പിറന്നാളാഘോഷം. പെറന്നാളാഘോഷിക്കപ്പെടുന്ന ഒരേയൊരു വിള നെല്ലായിരിക്കാം. ഇന്നു കാണുന്ന ആഭാസങ്ങളൊന്നുമില്ലെങ്കിലും ഈ ജന്മദിനാചരണം ഒരു പക്കം–പക്ഷം–നീണ്ടുനിൽക്കും. പതിനഞ്ചുനാൾ. തിരുവോണപ്പിറ്റേന്നത്തെ അ

വിട്ടം തൊട്ട് മകംവരെ. ഓണം പത്ത് നാൾ. മകം പതിനഞ്ചുനാൾ. മകം ഒരു അകം ഉത്സവം. അകത്തുമാത്രം ഒതുങ്ങും. മനസ്സിനകത്തും വീട്ടിനകത്തും. (മഹാലക്ഷ്മിയുടെ മകാരവും അകത്തിന്റെ അന്ത്യാക്ഷരവും ചേർന്നതാകാം മകം) ഭക്ത്യാദരങ്ങളോടെയാണ് മുതിർന്ന സ്ത്രീകൾ മകം അനുവർത്തിച്ചിരുന്നത്. ഓണത്തിന്റെ പിറ്റേന്നുതൊട്ട് പൂവിടാൻ തുടങ്ങും. അതൊരു പ്രത്യേകതരം പൂ-ചേതിപ്പൂ. നിലത്തോടു ചേർന്നുള്ള വീടിന്റെ തറഭാഗമാണ് ചേതി. അവിടെയുണ്ടാകുന്ന ഇളം മഞ്ഞയടിക്കുന്ന കടുംപച്ചനിറത്തിലുള്ള ഒരു പൂപ്പൽച്ചെടി. ഒരു പൂവുപോലുമല്ലത്! വെറുമൊരു പൂപ്പൽ! കളയേണ്ടുന്നതാണല്ലോ കള. കളയാനുള്ള കളയെ, വൃത്തികെട്ട പൂപ്പലിനെ തിരുമുറ്റത്തും പൂജാമുറിയിലും വെച്ച് അർച്ചിക്കുക! ഐശ്വര്യദേവതയായി ആരാധിക്കുക!! കാരണം ചേതിയെന്നത് ശ്രീദേവിയുടെ തത്ഭവം. അത്ഭുതം. ഇത്ര വിശാലമായ ഒരു പാരിസ്ഥിതികദർശനം മറ്റെവിടെക്കാണും? ചോറ്റാനിക്കര മകംതൊഴിലാണിന്ന് പ്രശസ്തമെങ്കിലും മകം പണ്ട് മലയാളക്കരയാകെ കൊണ്ടാടിയിരുന്നു.

മകത്തിന്റെ തലേന്ന് ആയില്യംനാളിൽ അകത്ത് നല്ലൊരു കളമൊരുക്കും. (തിരുവോണത്തിനും കളം പതിവുണ്ട്.) ഐശ്വര്യദേവതയെ ആവാഹിക്കാനുള്ളതാണ് ഈ കളം. മഞ്ഞളരച്ച അരിക്കൂട്ടിൽ കൈമുഷ്ടിയുടെ താഴത്തെ ഭാഗം മുക്കി അകത്തെല്ലാം പതിപ്പിക്കും. അവ ലക്ഷ്മീദേവിയുടെ കാലടയാളങ്ങൾ. കുഞ്ഞുകുട്ടികളുടെ കാലടി അരിക്കൂട്ടിലാക്കി നിലത്തമർത്തിയും ആ ചിഹ്നങ്ങളുണ്ടാക്കും. അടുക്കളയിലും അകത്തിറയത്തും പുറത്തിറയത്തും എല്ലാമെല്ലാം. നാളുകളോളം അവ മായാതെ നിൽക്കും. ഇന്നുമവ മങ്ങലൊന്നുമേൽക്കാതെ അകത്തളത്തിലുണ്ട്. മകം, പൂരം പോലെ ഉർവരതയുടെ ഒരാഘോഷം. മകം മറച്ചിട്ടാൽ കാമം. കാമം നീട്ടിയാൽ കാമൻ. കാമനിലൂടെ മകൻ, മകൾ, മക്കൾ.

4. ഉച്ചാര:

ഇതിനിടയിൽ വരുന്ന ഉച്ചാര, (മകരത്തിൽ). വെള്ളരിനടാൻ പറ്റിയ സമയം. ഉച്ചാര ഉച്ചയ്ക്ക് വെള്ളരി നട്ടാൽ വിഷു ഉച്ച്യക്ക് വെള്ളരിക്ക പറിക്കാം. ഭൂമിദേവിയുടെ തീണ്ടാരിയത്രെ മകരത്തിലെ ഉച്ചാര. അന്ന് മുറ്റം അടിച്ചുവാരാൻ പാടില്ല. അതിന്റെ രഹസ്യമെന്താണെന്നോ? അത് മാവും മറ്റും പൂക്കുന്ന കാലം. നല്ലോണം കാറ്റുണ്ടാകും. കാറ്റിലൂടെയും പരാഗണമുണ്ടല്ലോ. കുസൃതിക്കാറ്റ് ഇങ്ങനെ ആഞ്ഞുവീശുന്ന

നാളുകളിൽ എത്ര അടിച്ചുവാരിയിട്ടും കാര്യമില്ല. കാട്ടം പോകില്ല. ആണുങ്ങൾ കുറ്റം പറയുന്നത് നിർത്തില്ല. അവരത് ചെയ്യില്ല. കുറ്റംപറയുകയും ചെയ്യും. അത് മറികടക്കാൻവേണ്ടി ഗത്യന്തരമില്ലാതെ പാവങ്ങൾ പെണ്ണുങ്ങൾ കണ്ടുപിടിച്ച ഒരു സൂത്രമത്രെ ഭൂമിപ്പെണ്ണിന്റെ തീണ്ടാരി! ആരൻ (ചൊവ്വാഗ്രഹം) ഉച്ചസ്ഥനാകുന്ന സമയമത്രേ ഉച്ചാര.

5. യുദ്ധം ശരണം ഗച്ഛാമി

ഓണം, മണ്ണിലാഴ്ത്തിയ വിത്തിന്റെ ഉയിർത്തെഴുന്നേല്പാഘോഷം. വിത്തിന്റെയും കർഷകന്റെയും അടിച്ചമർത്തപ്പെട്ടവന്റെയും പ്രതീകമാണിവിടെ മാവേലി. എത്ര ചവുട്ടിത്താഴ്ത്തിയാലും ഒടുവിൽ ഉയിർത്തുവരികതന്നെ ചെയ്യും എന്ന പ്രതീക്ഷയുടെ ഉത്സവം. ഓണം ശ്രാവണമാസത്തിൽ. ശ്രമണൻ-ശ്രീബുദ്ധൻ. ശ്രമിക്കുന്നവൻ പരിശ്രമിക്കുന്നവൻ പണിയെടുക്കുന്നവൻ എന്ന അർത്ഥത്തിൽ, അത് കീഴാളരെയും കുറിക്കുന്നു. ഉയിർത്തെഴുന്നേൽപ് എന്ന ആശയം ഈസ്റ്ററിലും കാണാം. ഉണ്ണിയേശുവിന്റെ തിരുപ്പിറവിയും ഒരു ധാന്യത്തിന്റെ മുളച്ചുവരൽ. തൊഴുത്താകട്ടെ, വളത്തിന്റെ സാന്നിധ്യത്തെകുറിക്കുന്നു. സർവ്വം കൃഷിമയം. നവമി, ദശമി, തുലാപ്പത്ത് എന്നിവയും പ്രജനനവുമായി ബന്ധമുള്ള കാർഷികോത്സവങ്ങൾ. ദസ്റായെന്നാൽ പത്ത് രാത്രി.

മലയാളക്കരയിലെ ദശമിയ്ക്ക് മറ്റെങ്ങുമില്ലാത്ത ഒരു പ്രത്യേകതയുണ്ട്. അതിവിടെ അക്ഷരവിത്തുവിതയുടെയും തുടക്കം. ഒരു ഭാഗത്ത് പുഞ്ചയെന്ന രണ്ടാം വിളയുടെ വിത്തുവിത. മറുഭാഗത്ത് പഠനമെന്ന രണ്ടാം ജന്മത്തിന്റെ അക്ഷരവിത. വാണിയും ലക്ഷ്മിയും (വിദ്യയും ധനവും) ഒന്നിച്ചു വാഴില്ലെന്ന വിശ്വാസം ഇവിടെ തെറ്റുന്നു. അറിവും ഐശ്വര്യവും കൈകോർക്കുന്നു. ഇവിടെ താണജാതിക്കാരുടെയിടയിലും മോശമല്ലാത്ത ഒരു സാക്ഷരതാനിരക്കുണ്ടായിരുന്നു. പിന്നോക്കജാതിക്കാരിലും പട്ടികജാതിക്കാരിലും വൈദ്യന്മാരും വിദ്വാന്മാരും ധാരാളമുണ്ടായിരുന്നു. നവമി-ദശമികൾ മറ്റിടങ്ങളിലൊക്കെ കൃഷിയിൽനിന്നും വിദ്യയിൽനിന്നും അകന്ന ആചാരക്കുരുക്കുകൾ. ഇവിടെയത് കൃഷിയിൽ ഊന്നുന്നില്ലെങ്കിലും അക്ഷരായുധപൂജയ്ക്കും പണിയായുധപൂജയ്ക്കും പ്രാധാന്യം നൽകുന്നു. ഇത് സംഹാരായുധങ്ങളുടെ ആരാധനയായി ചിലർ തെറ്റിദ്ധരിച്ചിരിക്കുന്നു. അതു തിരുത്തേണ്ടിയിരിക്കുന്നു. ഉൽപ്പാദനോപാധികളിലാവണം ഊന്നൽ. യുദ്ധം ശരണം ഗച്ഛാമി എന്നല്ല ബുദ്ധം ശരണം ഗച്ഛാമി എന്നാവണം നവരാത്രിയുടെ, ദസ്റായുടെ സന്ദേശം.

6. ദുർഗാപൂജ

ഇന്ത്യയിൽ ഏറ്റവും കൂടുതൽ നെൽക്കൃഷിയുള്ള ബംഗാളിലെ ദുർഗാപൂജയും ഒരു കാർഷികോത്സവം. ദുർഗമമായ, അടുക്കാനാവാത്ത, പ്രകൃതിയാണിവിടെ ദുർഗ. അവൾ കനിഞ്ഞാലേ കൃഷിനടക്കൂ. ദുർഗയെ പ്രസാദിപ്പിക്കാനുള്ള പൂജയാകുന്നു ദുർഗാപൂജ. അവൾ പ്രസാദിച്ചതിന്റെ, വിളകൾ നന്നായി ലഭിച്ചതിന്റെ സന്തോഷപ്രകടനമത്രെ ദുർഗോത്സവം. ഇതു തീർത്തും മതേതരം. പിന്നെ വരുന്ന ദീപാവലി, സൂര്യായനമനുസരിച്ചുള്ള അടുത്തവിളയുടെ തുടക്കം. ദീപങ്ങളുടെ ആവലി, കൂട്ടം. കറുത്ത വാവിന് കുറേ മൺ വിളക്കുകൾ കത്തിച്ചുവെച്ചതിന്റെ ഓർമയാവാം ഇത്. ആകാശവയൽ മുകളങ്ങളുടെ അനുകരണങ്ങൾ. ലക്ഷോപലക്ഷം വിളമുകുളങ്ങൾ ഉണ്ടാകാനുള്ള കർഷകരുടെ മോഹങ്ങൾതന്നെ ലക്ഷാർച്ചനകൾ. കൃഷിയിൽനിന്നും തീർത്തും അകന്ന, ഇത്തരമാചാരങ്ങൾ പ്രതീകാത്മകമായേ ഇനി നടത്താവൂ.

7. പൊങ്കാല

തമിഴ് ജനതയുടെ ജീവിതോത്സവമായ പൊങ്കലിന്റെ കൊച്ചു പതിപ്പുകളാകുന്നു ഇന്നാട്ടിലെ സകല പൊങ്കാലകളും കാവായകാവുകളിലെ പുത്തരികളും. പൊങ്കലിൽനിന്നാണ് പൊങ്കാലയുണ്ടായത്. പൊങ്കലെന്നാൽ പൊങ്ങൽതന്നെ. അങ്ങേയറ്റത്തെ ആഹ്ലാദം. ഈ പൊങ്കൽ അയ്യപ്പമലയോളമുയരുന്നു. അതാണ് മകരവിളക്ക്. ഇന്ത്യയിലങ്ങോളമിങ്ങോളം ഈയവസരത്തിൽ വിവിധതരം ആഘോഷങ്ങളുണ്ട്. സൂര്യാരാധനയും മറ്റും. അവയൊക്കെ ഇന്ന് കൃഷിയിൽനിന്നും അന്യം. പൊങ്കലും മകരവിളക്കും ഒരേനാളിൽ. നമ്മൾ മലയാളികൾക്ക് ഇതാഘോഷിക്കാൻ ധാർമ്മികമായി ഒരവകാശവുമില്ല. നെൽക്കൃഷി ഉപേക്ഷിച്ചവർക്ക് എന്ത് പൊങ്കൽ? എന്ത് മകരവിളക്ക്? പ്രകൃതിയില്ലെങ്കിൽ കൃഷിയില്ലെന്നു ബോധ്യമുള്ള ഒരു ജനതയുടെ കാർഷികതീർത്ഥയത്രെ ചമരിമലയാത്ര. ആദിമനിവാസികൾക്കും യഥാർത്ഥകർഷകർക്കും മാത്രമായി അത് പരിമിതപ്പെടുത്തേണ്ടിയിരിക്കുന്നു. ഓർക്കുക അത് കന്യാകുമാരി മുതൽ തെലുങ്കുദേശംവരെയുള്ള ദ്രാവിഡജനതയുടെ കാർഷികോത്സവം. അതൊരു വനമഹോത്സവംകൂടിയാകുന്നു. കാടും കാടരും കർഷകരും ഉൾച്ചേർന്ന മഹത്തും ബൃഹത്തുമായ ഒരു വനമഹോത്സവം.

ചാതുർവർണ്യത്തിനെതിരെ ഉയർന്നുവന്ന ഒരു മഹാപ്രസ്ഥാനമാണ് ചമരിമല. അവിടം ശാസ്താവിന്റെ ആസ്ഥാനം. ഇപ്പോഴവിടം ജാതിമേ

ധാവിത്വം സമ്പൂർണ്ണാധിപത്യം ഉറപ്പിക്കാനുള്ള ശ്രമത്തിലാണ്. ഇത് നാം തിരിച്ചറിയണം. എന്തിനുവേണ്ടിയാണോ ശാസ്താംകോവിൽ അവിടെ സ്ഥാപിക്കപ്പെട്ടത് അതിനു നേരെതിരാണ് ഇപ്പോഴത്തെ കാര്യങ്ങൾ. ചമരിമാനുകളുടെ മലയാണ് ചമരിമല. വരയാടുകൾ എന്നാൽ മലയാടുകൾ. വരയെന്ന വാക്കിന് മലയെന്നർത്ഥം. ആനയും കടുവകളും മാനും പുലിയും ഉൾപ്പെടെയുള്ള കോടാനുകോടി സഹജീവികളുടെ അപൂർവ്വസുന്ദരമായ ഒരാവാസവ്യവസ്ഥ. അതിനെ ഒരു ടൂറിസ്റ്റ് കേന്ദ്രമാക്കാനോ ഒരു മതവ്യവസായ ഹബ്ബാക്കാനോ ആരെയുമനുവദിക്കരുത്. റോഡ് വ്യാപനം, റെയിൽഗതാഗതം, വിമാനത്താവളം തുടങ്ങിയ വികസനങ്ങളൊന്നും അവിടെ വേണ്ട. കാരണം ചമരിമല സ്വതേതന്നെ വളരെ വികസിതമായ ഒരിടം. അതിനെ വീണ്ടും വികസിപ്പിക്കാൻ നോക്കിയാൽ ഇതുനശിക്കും. തീർച്ച. കവിയാശാനെപ്പോലെ നമുക്കും പ്രാർത്ഥിക്കാം.

തത്താദൃശമായ നാഗരികത്വമേ
എത്തായ്ക നീയീ എളിയ ദിക്കിൽ!
കാളിദാസനെപ്പോലെ ഇരുകൈകളുമുയർത്തി
ന ഹന്തവ്യോ ന ഹന്തവ്യോ. കൊല്ലരുതേ കൊല്ലരുതേ!

ഇവിടമെങ്കിലും ബാക്കിനിൽക്കട്ടെ! കുട്ടനാടുൾപ്പെടെയുള്ള കാർഷികമേഖല നശിക്കാതിരിക്കാൻ ചമരിമല ചമരിമലയായിത്തന്നെ നിലനിൽക്കണം. അന്നം കിട്ടാത്ത, കുടിനീർകിട്ടാത്ത, പ്രാണവായുകിട്ടാത്ത ഒരിടമായി ഈ മലയാളക്കരയെ മാറ്റരുതേ!

8. വിഷുവെന്ന പുതുവർഷം

വിത്തും കൈക്കോട്ടും. 1. വിഷു മുഖ്യമായും ഒരു വിത്തിടലാഘോഷം. 2. ഇന്ത്യയുടെ യഥാർത്ഥ പുതുവർഷം. പുതുമഴയുടെയും പുതുവർഷത്തിന്റെയും തുടക്കമെന്ന നിലയിൽ വിഷുതന്നെ പുതുവർഷം. 3. നമ്മുടെ സാമ്പത്തികവർഷത്തിന്റെ തുടക്കവും ഇതേ കാലയളവിൽ; ബജറ്റവതരണവും ഇതിന്നു മുന്നോടിയായി. 4. ഈ മഹാരാജ്യത്തിലെ ഏറ്റവും വലിയ കാർഷികാഘോഷവും വിഷുവാകുന്നു. ഇത്ര പ്രാധാന്യമെങ്ങനെ കിട്ടി വിഷുവിന്? സൂര്യൻ ഉത്തരായനം തുടങ്ങുകയായി. വസന്തകാലം തുടങ്ങുകയായി. രവിയുടെ വിളയായ റാബി സജീവമാകുകയായി. ഏറെക്കാലത്തിനുശേഷമുള്ള ദിവാകരസ്പർശത്താൽ പ്രകൃതികന്യക കോരിത്തരിക്കുകയായി. ഒന്ന് പൂത്താലോ എന്ന് കല്ലിനുപോലും തോന്നുകയായി.

ഇത് ഒന്നാംവിളയുടെ വിത്തിറക്കാൻ പറ്റിയ മുഹൂർത്തം. വിളവിറക്കലിന്റെയും വിളവെടുപ്പിന്റെയും കാലം. മുഖ്യവിളകളുടെ വിത്തിറക്കൽ; ഉപവിളകളുടെ വിളവെടുപ്പ്. കിഴങ്ങുകളും കായ്കനികളും പച്ചിലകളും പച്ചക്കറികളും സമൃദ്ധം. ഒപ്പം ധാന്യവർഗങ്ങളും. (വിഷുക്കണിയുടെ ഭാഷയിൽ പറഞ്ഞാൽ പഞ്ചങ്ങൾ) ധാന്യത്തിൽനിന്നാണല്ലോ ധനമെന്ന പദം വന്നത്. ധന്യതയും. കലവറകളും കർഷക മനസ്സുകളും നിറയുന്നു. വിഷുശബ്ദത്തിന് തുല്യതയെന്നർത്ഥം. രാപ്പലുകളുടെ തുല്യത. തുലാത്തിലും വിഷുവുണ്ട്. തുലാവിഷു. തുലാസാണല്ലോ അതിന്റെ രാശിചിഹ്നം. സൂര്യന്റെ രണ്ടാമത്തെ അയനമാറ്റമായ ഇക്കാലത്തും കൃഷിയും കാർഷികോത്സവങ്ങളും യഥേഷ്ടം. എങ്കിലും പുതുവർഷം വിഷുതന്നെ.

പണ്ട് ഞങ്ങൾ കൊച്ചുസഹോദരങ്ങൾ സന്ധ്യയ്ക്ക് ചൊല്ലിക്കൂട്ടുമ്പോൾ മേടംതൊട്ട് മീനംവരെ താളത്തിലെണ്ണി ഇങ്ങനെ മലയാളമാസങ്ങൾ പന്ത്രണ്ട് എന്ന് ഉറക്കെ ഉരുവിട്ടതോർക്കുന്നു. ഉത്തരമലയാളത്തിലെ മുതിർന്ന ഗ്രാമീണകർഷകർ ഇന്നും മേടം തൊട്ടാണ് മാസം കണക്കാക്കുന്നത്. മേടംതൊട്ടുള്ള പഞ്ചാംഗത്തിലെ വിഷുഫലവും ഫലത്തിൽ പുതുവർഷഫലമാണല്ലോ. ഉദയസൂര്യന്റെ പ്രതീകമാണ് കണിയിലെ തളിക. രൂപാനുകരണമാണ് രൂപ. നാണയം. രൂപ(രൂപാ)യെന്ന വാക്കിന് സുന്ദരിയെന്നർഥം. നല്ല രൂപമുള്ളവൾ. അത് പ്രകൃതിതന്നെ. പ്രകൃതിയുടെ നടുമുറിയാണ് കണി. കൂടെയുള്ള കണ്ണാടി അപാരമായ ഒരു ദർശനം. തത്വമസി. അത് നീയാകുന്നു. നീ കാണേണ്ടത് നിന്നെത്തന്നെയാകുന്നു. നീയന്വേഷിക്കുന്നത് നിന്നിലുള്ളനിന്നെത്തന്നെയാകുന്നു. പ്രകൃതിയുടെ പ്രതിബിംബമാണ് അകത്തളത്തിലൊരുക്കുന്ന കണി. ഞാനും പ്രകൃതിയും ചേർന്നതാണ് ഈ ലോകമെന്ന് സാരം. മറ്റു ദൈവങ്ങളെയൊന്നും കണിയിൽ അടുപ്പിച്ചിരുന്നില്ല. അവയെയൊക്കെ പിന്നീട് തിരുകിക്കയറ്റിയത്. പ്രകൃതി നമുക്കൊരുക്കുന്ന കൈനീട്ടമാണ് ഉദയസൂര്യൻ. അതിന്റെ അനുകരണമത്രെ നമ്മുടെ കൈനീട്ടം. തുടർന്ന് പുതുവിത്തിടലിന്റെ ഉദ്ഘാടനം. കൊണ്ടുപോയ ചൂട്ടിന്റെ അയ്ക്ക്(വെണ്ണീറ്) അവിടെ തട്ടിയിടും. വളമിടൽ. തുടർന്ന് ഇളനീര് തളിക്കൽ. ജലസേചനം. ഇതിനൊക്കെ കുട്ടികളെയും പങ്കാളികളാക്കും. അവരാണല്ലോ നാളെ ഇതൊക്കെ തുടരേണ്ടത്. അങ്ങനെ പവിത്രവും സാമൂഹികപ്രസക്തവുമായിരുന്നു ആ വിത്തിടൽച്ചടങ്ങ്.

ദ്രാവിഡത്തറവാടായ തമിഴ്നാട്ടിലും ഇതേനാൾതന്നെ വിഷു. പുത്താണ്ട്. ചിത്തിരൈ. 'ചിത്തിരമാസമണഞ്ഞിതു ഭംഗിയിൽ'. തമിഴ് മ

ക്കൾ താമസിക്കുന്ന മറ്റിടങ്ങളിലെല്ലാം അവർ ഇതാഘോഷിക്കുന്നു; കന്നഡത്തിലും തെലുങ്കിലുമുള്ള പുതുവർഷം-ഉഗാദി. പുതുയുഗം. ഉഗാദിയ്ക്ക് കന്നഡിഗർ ഒരുക്കുന്ന ഒരാഹാരവിശേഷമാണ്-ബേവുബെല്ല. വേപ്പും വെല്ലവും ചേർത്ത ഒരു വിഭവം. ജീവിതത്തിന്റെ കയ്പ്പും ഇനിപ്പും-ഓർമപ്പെടുത്തുന്ന ഒരു ദാർശനികാഹാരം. മഹാരാഷ്ട്രക്കാരുടെ പുതുവർഷം-ഗുഡി പഡ്വാ. തുളുനാടിന്റേത്-ബിസു. കൃഷിയും കാർഷികാഘോഷങ്ങളും ശ്വാസോച്ഛ്വാസമായ തുളുനാടിന്റെ സാംസ്കാരിക ചരിത്രം ഏറെ സവിശേഷതകൾ നിറഞ്ഞത്. ഇന്ത്യൻ സംസ്കാരമെന്നല്ല ഇന്ത്യൻ സംസ്കാരങ്ങൾ എന്നാണ് പറയേണ്ടതെന്ന റൊമിലാ ഥാപ്പറുടെയും ശിവറാമകാറന്തിന്റെയും വാക്കുകൾ നമുക്കിവിടെ ഓർക്കാം.

ഒന്നല്ല രണ്ടല്ല മൂന്നു ബിഹു ആഘോഷിക്കുന്ന ഒരു നാടിവിടെയുണ്ട്. ആസ്സാം. പേര് ബിഹു. ബൊഹാഗ് (വൈശാഖ്) മാസത്തെ ബിഹുവാണ് ആദ്യത്തേത്. ബൊഹായ് ബിഹു. അത് നമ്മുടെ മേടം ഒന്നിനുതന്നെ. രണ്ടാമത്തേത് കൊങ്കലിബിഹു. ഇത് കാത്തിമാസത്തിൽ. (കാർത്തികയിൽ-ഒക്ടോബർ പാതിയിൽ) മൂന്നാമത്തേത് ഭോഗാലി ബിഹു. അത് മേഘമാസത്തിൽ; ജനുവരിപാതിയിൽ. അതായത് പൊങ്ങൽ നാളിൽ; മകരസംക്രാന്തിയിൽ. ബംഗാളിലെ നവവർഷം-നബാബർഷം. ബീഹാറിൽ ബൈഹാഗ്. ഒറീസയിൽ ബിഷുസംക്രാന്തി. മലയാളനാട്ടിലും. അകലങ്ങൾക്ക് എന്തൊരടുപ്പം! ചൈത്രമാസത്തിലെ കറുത്തവാവിന്റെ തൊട്ടടുത്ത നാളിലാണ് ഇന്ത്യയുടെ ശിരസ്സായ കാശ്മീരത്തിന്റെ പുതുവർഷപ്പിറവി. അവിടെയും കാണാം വിഷുക്കണി. വലിയൊരു തളികയിൽ നെല്ല്, പഞ്ചാര, തൈര്, പഴങ്ങൾ, വാൽനട്ട്, നാണയങ്ങൾ, തുടങ്ങിയവ നിരത്തി വീട്ടമ്മ മറ്റു കുടുംബാംഗങ്ങളെ കണികാണിക്കും. ഓ! ഒന്നു മറന്നുപോയി. കാശ്മീരുകാരുടെ കണിയൊരുക്കലിലും കാണാം കണ്ണാടി. ഇതേ കണ്ണാടിയാണ് ആദ്യം വൈകുണ്ഠസ്വാമികളും പിന്നെ നാരായണഗുരുസ്വാമികളും ഇവിടെ പ്രതിഷ്ഠിച്ചത്. നോക്കൂ, കന്യാകുമാരിമുതൽ കാശ്മീരംവരെ നീണ്ടുപരന്നുകിടക്കുന്ന ഇന്ത്യൻ സംസ്കാരങ്ങളെ വിഷുവെന്ന ഒരു കാർഷികച്ചരടിൽ കോർത്തിണക്കിയിരിക്കുന്ന കാഴ്ച! ഇത് നമ്മുടെ ദേശത്തിന്റെ കണി. മഹത്തും ബൃഹത്തുമായ ഒരിന്ത്യൻദർശനം.

രോമഹർഷത്തോടെയല്ലാതെ ഓർക്കാനാവാത്ത ഒരു വിഷുവാഘോഷമുണ്ട്-അത് പഞ്ചാബിന്റേതാണ്. അക്കാര്യം ഇതിന്റെ ഒടുവിലാവാം. ഇന്ത്യയുടെ പുതുവർഷവുമായി ബന്ധപ്പെട്ട ഒരു കാര്യം സൂചിപ്പിക്ക

ട്ടെ. നാനാതരം വിവേചനങ്ങളാൽ മാനസികമായി ഛിന്നഭിന്നമായ ഇന്ത്യയെ ഒന്നിപ്പിക്കാനായി ജീവിക്കുകയും നമ്മുടെ ഭരണഘടനയ്ക്ക് ജീവൻകൊടുക്കുകയും ചെയ്ത മഹാത്മാ അംബേദ്ക്കറുടെ ജന്മദിനം വരുന്നത് ഏപ്രിൽ 14 ന് - 1891. ഇന്ത്യൻ സ്വാതന്ത്ര്യം യാഥാർത്ഥ്യമാകണമെങ്കിൽ നീതിയും സമത്വവും യാഥാർത്ഥ്യമാകണം എന്ന് ചിന്തിച്ച ആ പോരാളിയുടെ പെറന്നാൾ, തുല്യതയുടെ നാളായ വിഷുവിനായത് ചരിത്രത്തിലെ ചേതോഹരമായ ഒരു യാദൃച്ഛികത.

9. ചില അയൽരാജ്യങ്ങളിലെ വിഷു.

ഇന്ത്യൻ ഉപഭൂഖണ്ഡത്തിൽപ്പെട്ട മറ്റുപല ദേശങ്ങളിലും വിഷു വ്യത്യസ്ത പേരുകളിൽ ആഘോഷിക്കുന്നുണ്ട്. ബിക്രം സംവാത്, നേപ്പാളിലെ വിഷു. ബർമ്മയിലെ പുതുവർഷം തിങ്ക്യാൻ. ലാവോസിൽ സൊങ്കാൻ. തായ്ലന്റിൽ സൊങ്ക്രാൻ. സംക്രമം (സംക്രാന്തി) എന്ന വാക്കിന്റെ ദേശ്യഭേദങ്ങളത്രെ ഇവ മൂന്നും. തിങ്ക്യാൻ, സൊങ്കാൻ, സൊങ്ക്രാൻ. എവിടെയൊക്കെ മനുഷ്യരുണ്ടോ കൃഷിയുണ്ടോ അവിടമൊക്കെ അതുമായി ബന്ധപ്പെട്ട ഉത്സവങ്ങളുമുണ്ടാകും. അതവരുടെ സംസ്കൃതിയുമായി ഇഴുകിച്ചേർന്നവയുമായിരിക്കും. മനുഷ്യരെത്ര മുന്നേറിയാലും കൃഷിയാണല്ലോ ആഹാരമാണല്ലോ മുന്നേനടക്കേണ്ടത്.

10. പഞ്ചാബിന്റെ ബൈശാഖി:

ഇന്ത്യയുടെ നെഞ്ചായ പഞ്ചാബിന്റെ പേര്തന്നെ രോമാഞ്ചദായകം. നമ്മുടെ ദേശീയഗാനത്തിൽ ആദ്യം പരാമർശിക്കപ്പെട്ട നാട്. ഉദ്ദംസിംഗ്, ഭഗത്സിംഗ്, ലാലാലജ്പത്റായ് മുതലായ അസാമാന്യ ധീരരുടെ നാട്. പോരാട്ടവീര്യമുള്ള കർഷകസിംഹങ്ങളുടെ നാട്. പഞ്ചാബിന്റെ പുതുവർഷമായ ബൈശാഖിയ്ക്ക് ഇന്ത്യയുടെ പോരാട്ട ചരിത്രവുമായി ഗാഢമായ ബന്ധം. രക്തസാക്ഷിത്വത്തിന്റെ ഗന്ധം. 1919 ഏപ്രിൽ 13 ന് (കൊല്ലവർഷം 1094 ലെ വിഷു സംക്രമത്തിന്) ഇവിടെ നമ്മുടെ പൂർവ്വികർ കാരയപ്പംചുടുകയും കുട്ടികൾ പൂക്കുറ്റി കത്തിക്കുകയും ചെയ്യുമ്പോൾ അവിടെ കൊടും ക്രൂരരായ ബ്രിട്ടീഷ് പട്ടാളക്കാർ, ഗർഭിണികളുൾപ്പെടെ, അമ്മിഞ്ഞ നുണഞ്ഞുകൊണ്ടിരിക്കുന്ന കുഞ്ഞുമക്കളുൾപ്പെടെ രണ്ടായിരത്തിൽപ്പരം പഞ്ചാബികളെ തുരുതുരാ വെടിയുതിർത്ത് ചുട്ടുകരിക്കുകയും ചുടുചോര പൂക്കുറ്റിയിൽനിന്നെന്നപോലെ തെറിപ്പിച്ചു രസിക്കുകയുമായിരുന്നു. ബൈശാഖി ആഘോഷിക്കാനും റൗലറ്റ് നിയമത്തിനെതിരെ പ്രതിഷേധിക്കാനുമായിരുന്നു വിവിധമതസ്ഥർ അവിടെ ഒത്തുകൂടിയത്. അപ്പോഴവർക്ക് ഒരു മതമേ ഉണ്ടായിരുന്നുള്ളൂ. ഇ

ന്ത്യൻസ്വാതന്ത്ര്യമെന്ന മതം. ഉത്സവവും സമരവും അവർക്കൊന്നായിരുന്നു. അതപൂർവ്വമായ ഒരു സംഗമം. മൈക്ക്ൾ ഓ.ഡയർ എന്ന ഗവർണറും ജനറൽ റെജിനാൾഡ് ഡയർ എന്ന പട്ടാളമേധാവിയുമായിരുന്ന ആ കൂട്ടക്കുരുതിയുടെ ആസൂത്രകർ.

വെടിവെപ്പിൽനിന്ന് തലനാരിഴകൊണ്ട് രക്ഷപ്പെടുകയും പിടഞ്ഞുവീഴുന്നവരിൽ കുറച്ചുപേർക്കെങ്കിലും കുടിനീര് കൊടുക്കാൻ കഴിയുകയും ചെയ്ത ഒരിരുപതുകാരൻ അവിടെനിന്ന് ചുടുചോരകുതിർന്ന ഒരുപിടി മണ്ണ് വാരി ഇങ്ങനെയൊരു പ്രതിജ്ഞയെടുത്തു. ഇതിനു പ്രതിവിധി ചെയ്യലാണെന്റെ ജീവിതലക്ഷ്യം. ആ യുവാവിന്റെ പേരാണ് ഉദ്ദംസിംഗ്. അതെ, യുദ്ധംചെയ്യുന്ന സിംഹം. ഉശിരനായ ഒരു ഗദ്ദർപോരാളി. നീണ്ട ഇരുപത് വർഷത്തെയും പതിനൊന്നുമാസത്തെയും കാത്തിരിപ്പിനുശേഷം 1940 മാർച്ച് 13 ന് ലണ്ടനിലെ കാങ്സ്റ്റൺ ഹാളിൽവെച്ച് ആ കൃത്യം അദ്ദേഹം നിർവ്വഹിച്ചു. തന്റെ കൈത്തോക്ക്കൊണ്ട് മൈക്ക്ൾ.ഓ.ഡ്വയറെ ഇല്ലാതാക്കി. വൈലോപ്പിള്ളി പാടിയതുപോലെ,

അത്ര മഹാന്മാർക്കേ ഭൂതദയയിൽനി-
ന്നിത്തരമുണ്ടാകൂ നിർദ്ദയത്വം!

(1927 ജൂലൈ 23 ന് മറ്റേഡ്വയർ ഹൃദയാഘാതത്താൽ മരിച്ചിരുന്നു)
"ഞാനതുചെയ്തു. എന്റെ പൂർവ്വികർക്കുവേണ്ടി. എന്റെ രാജ്യത്തിനുവേണ്ടി. എനിയ്ക്കതു ചെയ്യാതിരിക്കാനാവില്ല. ഞാനിന്ന് സംതൃപ്തനാണ്. ഞാൻ മരണത്തെ ഭയപ്പെടുന്നില്ല. എന്റെ മാതൃഭൂമിയ്ക്കുവേണ്ടി മരിക്കുന്നതിനെക്കാൾ എന്തുമഹത്തായ ബഹുമതിയാണ് എനിയ്ക്കു ചെയ്യാൻ കഴിയുക". 1940 ജൂലൈ 13 ന് ബ്രിട്ടീഷുകാർ ആ ധീരദേശാഭിമാനിയെ തൂക്കിലേറ്റി.

നമ്മൾ അകലെയെങ്ങാൻ ഒരു ടൂറിനോ തീർത്ഥാടനത്തിനോ മറ്റോ പോകുന്നുണ്ടെങ്കിൽ ആദ്യം സന്ദർശിക്കേണ്ടത് ജാലിയൻവാലാബാഗാണ്. നിറയെ വെടികളുടെ പാടുകളോടെ ത്രസിച്ചുനിൽക്കുന്ന ആ കിണർ ഇപ്പോഴുമവിടെയുണ്ട്. കുഴിയിൽ വീണുപോയവരെപ്പോലും മേലേനിന്നു വെടിവെക്കുകയായിരുന്നു. ഈയിടെയായി അവിടെ മോടികൂട്ടുകയും സ്മാർട്ടാക്കുകയും ചെയ്തതോടെ അതിന്റെ തനിമ ഇല്ലാതായെന്നാണ് അറിയാൻ കഴിഞ്ഞത്! എങ്കിലും പറ്റുമെങ്കിൽ ആ വീരഭൂമിയിലൊന്ന് പോകണം. മൗനം പാലിച്ച് കുറച്ചവിടെ നിൽക്കണം. നാം മിക്കവാറുമതൊക്കെ മറന്നു. പാഠപുസ്തകങ്ങളിലൊന്നും ഇതു കാണാനില്ല. ഇന്ത്യക്കാരന്റെ തൊലിയും സായ്പന്മാരുടെ മനസ്സുമായാണല്ലോ നമ്മൾ കഴിയുന്നത്. ഒറ്റക്കാര്യം കൂടി. പഞ്ചാബുകാർക്ക്

ഇപ്പോഴും മൈക്ക്ൾ ഓ.ഡ്വയറിന്റെയോ റെജിനാൾഡ് ഡ്വയറിന്റെയോ ജനുവരിയല്ല, ഉദ്ദംസിംഗിന്റെയും ഭഗത്സിംഗിന്റെയും ബൈശാഖിതന്നെയാണ്, പുതുവർഷം. ഇന്ത്യാരാജ്യത്തിന്റെ യഥാർത്ഥ നവവത്സരം.

അധ്യായം-4

പൂരോത്സവത്തിന്റെ കാണാപ്പുറങ്ങൾ

1. പൂരവും ഹോളിയും

മലയാളക്കരയിൽ അങ്ങോളമിങ്ങോളം പൂരോത്സവങ്ങളുണ്ടെങ്കിലും അതിന്റെ കാർഷികബന്ധം ഇന്നും കാത്തുപോരുന്നത് അത്യുത്തരപൂരമാണെന്നു കാണാം. കുംഭത്തിലെ പൂരത്തിലാണല്ലോ ആറ്റുകാൽപൊങ്കാലയെന്ന അനന്തപുരംപൂരം. മധ്യമലയാളപൂരമാകട്ടെ മേടത്തിലെ പൂരത്തിലും. ഇവയ്ക്ക് രണ്ടിനുമിടയിൽ കൃത്യം ഒരു ചാന്ദ്രമാസത്തെ ഇടതുവലതുവ്യത്യാസത്തിലാണ് അത്യുത്തരപൂരം. അകലെയുള്ള ഹോളിയും ഇതേ നാളിൽ. ഫാൽഗുനപൗർണ്ണമിയിൽ. അതുമൊരു പൂരം. പ്രകൃതി ഋതുമതിയായതിന്റെ ആഹ്ലാദപൂരം. ആർത്തവരക്തവർണ്ണോത്സവം. ആർത്തവമെന്നാൽ ആവർത്തനം. മുറ. ആദ്യാർത്തവത്തിന്റെ ആഹ്ലാദകേളിയാണ് ഹോളിയെങ്കിൽ കളിയിലൂടെ കുളി മുടക്കിയതിന്റെ ഉത്സവമാകുന്നു പൂരം; പൂരക്കളിയിലൂടെ. മുറ മാറുമ്പോഴാണ് ക്രമം അക്രമമാകുമ്പോഴാണ് നിയമം ലംഘിക്കപ്പെടുമ്പോഴാണ് പുതുതായി ഒന്നുണ്ടാകുക. അതിര് ഭേദിക്കുമ്പോഴാണല്ലോ ഗോൾ പിറക്കുന്നത്.

2. കിളയെ കളിയാക്കൽ

പൂരവും വിഷുവും പരസ്പരപൂരകങ്ങൾ. വസന്തോത്സവങ്ങൾ. വസന്തം പ്രകൃതിയുടെ യൗവ്വനം. പൂരം അവളുടെ കൗമാരം. വിഷു ഒരു കാർഷികയുവജനോത്സവം. പൂരം അതിന്റെ പൂർവോത്സവം. കുമാരീപൂജയെന്ന പഴയൊരു കാർഷികാചാരവും നമുക്കിവിടെ ഓർക്കാം. ലോകമെമ്പാടുമുള്ള കർഷകജനത ഇത്തരം കൗമാരോത്സവങ്ങൾ നടത്തിയിരുന്നതായി ചരിത്രം.

നമ്മുടെ അമ്മവിളയെന്നു പറയാവുന്ന നെല്ലിന്റെ വിത്തുത്സവമാണല്ലോ വിഷു. വിത്തും കൈക്കോട്ടും. വിത്തുപാകലിനും തുടർന്നുള്ള കാർഷികവൃത്തികൾക്കും യുവാക്കളെ ഒരുക്കാനുള്ള സമൂഹത്തി

ന്റെ ഒരു കാർഷികരസതന്ത്രമാകുന്നു പൂരം. അത് അധ്വാനത്തിന്റെ മാനിഫെസ്റ്റോ. കൊടുംവേനലിലാണ് വിത്തിടേണ്ടത്. പെരുംമഴയത്താണ് നാട്ടിയെടുക്കേണ്ടത്. വിരസമായ അത്തരം കായികവൃത്തികളോട് യുവാക്കൾക്ക് വൈമുഖ്യമുണ്ടാകുക സ്വാഭാവികം. അതൊഴിവാക്കാനെന്തുവഴി? കിളയെ കളിയാക്കുക, അധ്വാനത്തെ ആരാധനയും ആഹ്ലാദവുമാക്കുക, നാട്ടിയെ പാട്ടിലാക്കുക. അപ്പോൾ പൊരിവെയിൽ പൂനിലാവാകും. വിയർപ്പുതുള്ളികൾ മഞ്ഞുകണങ്ങളാകും. വിത്തുകൾ മുത്തുകളുമാകും. അങ്ങനെ പൂരം ഒരു അരിയുറപ്പ് പദ്ധതി, ഭക്ഷ്യസുരക്ഷാപ്രക്രിയ. ഒരു കാർഷിക പുത്രകാമേഷ്ടി എന്നു പറയാം. കൊയ്ത്തിനെക്കാൾ പ്രാധാന്യം വിത്തിടലിന്. കാരണം വിത്തുറച്ചാലല്ലേ കൊയ്ത്തും ഉറപ്പിക്കാനാവൂ. ഈയടിസ്ഥാനത്തിലാകാം അത്യുത്തരകേരളത്തിൽ ഓണത്തെക്കാൾ ഊന്നൽ പൂരത്തിനും വിഷുവിനും കൈവന്നത്.

മുതിർന്നവരുടെ ഉള്ളിലുള്ള കുഞ്ഞുങ്ങളെ ഊർജസ്വലനാക്കാനുള്ള സാമൂഹ്യാധ്യാപകന്റെ ഉണർത്തുപ്രവർത്തനങ്ങളാകുന്നു, പൂരക്കളി വേലകളി വള്ളംകളി പടയണി ജെല്ലിക്കെട്ട്, ഖേൽമഹാകുംഭ്, അടിയുത്സവം തുടങ്ങിയ കാർഷികപൂർവകായികകേളികൾ. വേലകളിയിലൂടെ വേല ലീലയായ് മാറുകയാണ്. പൊരിഞ്ഞ തല്ല്പോലും ഉത്സവമായ് ഉല്ലസിക്കുകയാണ്. ഖേലിലൂടെ കാമ് ഖാനയായ് തീരുകയാണ്. കായവും കാമനയും കാർഷികവൃത്തികൾക്കായ് പാകമാകുകയാണ്. കാൽനടയായുള്ള തീർത്ഥയാത്രകളുടെ ഉദ്ദേശ്യവും തദ്വൈവ.

3. മാസവിശേഷങ്ങൾ:

പൂരവിഷുക്കൾ വിത്തുത്സവങ്ങളാണെന്നതിന് മേടപരിസരങ്ങൾ സാക്ഷ്യപത്രങ്ങൾ. മുമ്പ് പറഞ്ഞിട്ടുണ്ടാകാമെങ്കിലും അനിവാര്യമായവ ഇവിടെയും സൂചിപ്പിക്കേണ്ടിയിരിക്കുന്നു. മേടമെന്നാൽ മേഷം. കുട്ടനാട്. കരുത്തുറ്റ വിത്ത്. മീനം മീൻതന്നെ. സ്ത്രീലിംഗപ്രതീകം. കമദേവന്റെ കൊടിയടയാളം. കൊടിമരവും രതിസൂചകം. എടവമെന്നാൽ ഋഷഭം. വിത്തുകാള. മിഥുനം മൈഥുനം. കുംഭം സമം കുടം, വിത്തുകുടം. പുല്ലിംഗപ്രതീകം. ദാർശനികമാനങ്ങളേറെയുണ്ടാകാമെങ്കിലും പരമശിവൻ അടിസ്ഥാനപരമായി ഒരു കാർഷികദേവത. വിത്തനാഥൻ. (രാമകൃഷ്ണന്മാരും കൃഷീശ്വരന്മാർ.) ശിവലേപനം ഭസ്മം. ചാരം. ഒന്നാന്തരം പൊട്ടാസ്യം. കായുണ്ടാകാൻ അത്യാവശ്യം. വിത്തും വളവും മാത്രമല്ല. ജീവിതവയൽക്കൊയ്ത്തും ആ മഹാകർഷകന്റെ ഉത്തരവാദിത്തം. അതും ഒരു വിത്തുത്സവം. ഇതാ വിത്തിടാറായി. വളവും

കരുതിക്കോളൂ എന്ന ഓർമ്മപ്പെടുത്തൽ. ചേന നടേണ്ടത് കുംഭത്തിൽ. കുംഭച്ചേന കുടത്തോളം. മഞ്ഞൾ കിളയുടെ ലാസ്റ്റ് ഡെയ്റ്റും ശിവദിവസം. കാലാന്തരമെന്ന കലണ്ടറുകളൊന്നും അന്നുണ്ടായിരുന്നില്ലല്ലോ. ആകാശരാശികൾക്കനുസൃതമായ കാർഷികോത്സവങ്ങളായിരുന്നു ആ ധർമ്മം നിർവഹിച്ചിരുന്നത്.

4. വിത്തറ്റ ജനത

ചുരുക്കത്തിൽ ദ്വാദശരാശിചക്രത്തിന്റെ പാതിയോളം ഊന്നൽ വിത്തിൽ. കാരണം വിത്താണല്ലോ ഏറ്റവും വലിയ വിത്തം. വിത്തില്ലാതെ കൃഷിയില്ല. കൃഷിയില്ലാതെ ജീവിതമില്ല. എന്നാൽ നാമിന്ന് വിത്തറ്റ ആളുകൾ. വരിയുടക്കപ്പെട്ട കാളകൾ. ഇവിടെയാണ് ഇത്തരം കാർഷികോത്സവങ്ങളുടെ പ്രസക്തി. കഷ്ടമെന്നുപറയട്ടെ, നമ്മുടെ കാർഷികോത്സവങ്ങളെയെല്ലാം കൃഷിയിൽനിന്ന് തീർത്തും അടർത്തി മാറ്റിയിരിക്കുന്നു.

ഞങ്ങടെ കൃഷ്ണനെയുമപഹരിപ്പൂ നിങ്ങൾ
ഞങ്ങടെ സർവസ്വമപഹരിച്ചു.

നോക്കൂ, സർവസ്വമെന്നാണ് കവിപ്രയോഗം. നമ്മുടെ വിത്തുകൾ മാത്രമല്ല. മിത്തുകളും ചിഹ്നങ്ങളും ഇതിഹാസങ്ങളും പുരാണങ്ങളുമെല്ലാം കൊള്ളയടിക്കപ്പെട്ടിരിക്കുന്നു. അതവിടെ നിൽക്കട്ടെ. നമ്മുടെ വിഷയം കാർഷികോത്സവം. പൂരം ഒരു 'മദോ'ത്സവമല്ല മദനോത്സവം. ഇന്ത്യ ഇന്നു നേരിടുന്ന വലിയൊരു പ്രശ്നം കാർഷികോത്സവങ്ങളുടെ മദരാഷ്ട്രീയവൽക്കരണം. മതത്തിന് സ്പെല്ലിംഗ് മിസ്റ്റെയ്ക്ക് പറ്റിയിരിക്കുന്നു.

5. പെണ്മയുടെ പെരുങ്കളിയാട്ടം

പൂരം, മീനത്തിലെ കാർത്തിക മുതൽ പൂരംവരെയുള്ള ഒമ്പതുനാളുകളിൽ. ആ നക്ഷത്രങ്ങളെല്ലാം കാർഷികപ്രാധാനങ്ങളെന്ന കാര്യം ഒന്ന് സൂചിപ്പിക്കുകമാത്രം ചെയ്യുന്നു. ഒമ്പതിന്റെ വിശേഷം നേരത്തെ നാം കണ്ടല്ലോ. (സാന്ദർഭികമായി സൂചിപ്പിക്കട്ടെ വിശുദ്ധറംസാൻ ഒമ്പതാം മാസം. മൊഹറത്തിലും കാണാം പത്തിന്റെ ഒരു പ്രാധാന്യം.) ഒമ്പതിനുശേഷം പത്ത്. പൂരത്തിന്റെ ഭാഷയിൽ അച്ചിക്കാമനും കുഞ്ഞിക്കാമനും. ഇതാ ഒരു കുഞ്ഞ് പിറന്നിരിക്കുന്നു. പൂവിടാൻ പൂരമാഘോഷിക്കാൻ കൃഷിചെയ്യാൻ ഒരാൾകൂടി വന്നിരിക്കുന്നു. അതിന്റെ ആഘോഷപൂരമാകുന്നു പൂരം. അതൊരു പ്രജനനപ്രകീർത്തനം. പെണ്മയുടെ പെരുങ്കളിയാട്ടം. ഒരു മണ്ണുത്സവം. പെണ്ണുത്സ

വം. മണ്ണും പെണ്ണും ഒന്നാകുന്നത് ഉയർച്ചതാഴ്ച്ചകളും നീർച്ചാലുകളും കൊണ്ട് മാത്രമല്ല ആന്തരികമായ ഒരു ആർദ്രതകൊണ്ടുകൂടിയാകുന്നു. അപവാദങ്ങളുണ്ടാകാമെങ്കിലും പൊതുവെ പെണ്ണിലുണ്ടല്ലോ ഒരു കനിവും നനവും.

മണ്ണിനും പെണ്ണിനും ഇത്രമാത്രം ഊന്നൽ നൽകുന്ന മറ്റൊരുത്സവം കാർഷികേന്ത്യയിൽ മറ്റേതെങ്കിലുമുണ്ടോ എന്നറിയില്ല. പലരും കരുതുംമാതിരി മണ്ണിന്റെ ഒരു ഉർവരതോത്സവം മാത്രമല്ല പ്രത്യുത പെണ്ണിന്റെ ഒരു ഉല്പാദനോത്സവം കൂടിയാകുന്നു പൂരം. ഉല്പാദനപ്രത്യുൽപ്പാദനാഘോഷം. നെൽക്കൃഷിയെന്നത് ആളുകളേറെ ആവശ്യമുള്ള ഒരു സാമൂഹ്യപ്രക്രിയ. അന്ന് കൃഷി യാന്ത്രികമായിട്ടില്ലല്ലോ. ഉൽപ്പാദനം കൂടണമെങ്കിൽ പ്രത്യുല്പാദനവും കൂടണം. ഈയൊരു കാഴ്ചപ്പാട് പൂരത്തിൽ അടിമുടി കാണാം. നന്നായി രതി ചെയ്യുന്നവർ നന്നായി കൃഷിയും ചെയ്യും. രതിയിലൂടെ ആളുകൾ കൃഷിയിലൂടെ വിളവുകൾ. ഈസ്റ്ററും ഒരു കാർഷികപ്രജനനോത്സവം. വെള്ളിയിലിട്ട വിത്ത് ഞായറിൽ മുളപൊട്ടും. പടിഞ്ഞാറാഴ്ത്തപ്പെട്ട ഒരു ധാന്യം ഇതാ ഈസ്റ്റിൽ ഉയിർത്തിരിക്കുന്നു.! ഈസ്റ്റർ. മാവേലിക്കഥയും തഥൈവ. കുമാരസംഭവം മഹാകാവ്യത്തിലെ മഹാസംഭവവും ഒരു പ്രജനനമാണല്ലോ.

6. പൂരൈതിഹ്യം

മഞ്ഞുമലയിൽ തപംചെയ്യുന്ന പരമശിവൻ കാർഷികവിമുഖമായ യുവതയുടെ ഒരു പ്രതിനിധിയാവാം. പാർവതിയാകട്ടെ ഉർവരവും ബീജാധാനക്ഷമവുമായ ഒരു വയൽപ്രദേശം. സംഭവിച്ചേക്കാവുന്ന ക്ഷാമത്തിന്റെ പ്രതീകമാകാം താരകാസുരൻ. ഈ മണ്ണിന്റെ ആദ്യാവകാശികളായ ആദിമനിവാസികളെയാണ് അസുരന്മാരായി ചിത്രീകരിക്കുന്നത് എന്നത് മറ്റൊരു കാര്യം. യുവാക്കൾ വിമുഖത കാണിച്ചാൽ, അവർക്ക് മരവിപ്പ് ബാധിച്ചാൽ രണ്ടുല്പാദനങ്ങളും നിലച്ചുപോകും. അക്കാലത്തെ വാട്സാപ്പുകളിലും മറ്റും മുഖം പൂഴ്ത്തിയിരുന്ന ചെറുപ്പക്കാരെ എണീപ്പിക്കാനാണ് പൂരോത്സവം. ഭരണിപ്പാട്ട് പൊറാട്ട്നാടകം തുടങ്ങിയവയ്ക്കും ഇതേധർമ്മം. കാർഷികരതി വർദ്ധിപ്പിക്കൽ. വാസവദത്തയുടെ ആത്മഗതം പോലെ

കമനീയകായകാന്തികലരും ജനമിങ്ങനെ
കമനീവിമുഖമായാൽ കഠിനമല്ലേ!

7. പൂരപ്രതീകങ്ങൾ:

ഇനി ഈ ഉത്സവത്തെ നമുക്ക് ഒന്നടുത്ത്ചെന്ന് നോക്കാം. പൂരം,

പൂവ്, പാല, പ്ലാവ്, പൂരട, കാമൻ, കറുപ്പ്, കിണർ, വെത്തില, കാഞ്ഞിര ച്ചപ്പ് എന്നീ ചിഹ്നങ്ങളിലും നീർതളി പൂരംകുളി, പൂരക്കളി തുടങ്ങിയ ച ടങ്ങുകളിലും പ്രത്യുൽപ്പാദന ദർശനം. (കൂയും പൂയും ഇല്ലാത്ത പരി പാടിയില്ല.) പൂരമെന്ന പേര് പൂവിനെയും സ്ത്രീലിംഗത്തെയും കുറി ക്കുന്നു. പൂവിന്റെ ആകൃതിയും പ്രകൃതിയും കർമവും ധർമവും അതി നും ചേരും. പൂരപ്രഥമം ചെമ്പകം. അതൊരു പാഴ്മരമല്ല. പാൽമരം. കാമനാരുടെ യാത്രയയപ്പ് ഒരു പ്ലാവിൻചോട്ടിൽ/പാലമരച്ചോട്ടിൽ. അ വയിലുമുണ്ട് പാല്. ആ പാല് അമ്മിഞ്ഞപ്പാലല്ലെന്ന് മാത്രം! മുരി ക്കിൻപൂവും പൂരപ്രധാനം. കാമദേവതയുടെ കിരീടം കോർക്കാനും ചു ണ്ട് ചോപ്പിക്കാനും. അത് മുരിക്കിൻ തൈപ്പെണ്ണിന്റെ ചോട്ടിൽ മറ്റാരോ എത്തി മുറുക്കിത്തുപ്പിയതല്ല. അവളുടെ കാതലൻ കാമദേവൻ വന്ന് മുറുക്കിപ്പുണർന്നതാണ്. അപ്പോളവൾ പൂത്തുചിതറിപ്പോയതാണ്.

പൂക്കാതിരിക്കാനെനിയ്ക്കാവതില്ലേ!

8. പൂരട:

രാത്രിയിൽ യാത്രയാകുന്ന കാമനാർക്ക് സ്നേഹാദരപൂർവം നൽ കുന്ന ഒരു പലഹാരവും പാഥേയവുമാകുന്ന പൂരട. അരിക്കൂട്ടിന്റെ പരു പരുപ്പും തേങ്ങയുടെ തനിമയും ബെല്ലത്തിന്റെ ഇനിമയും ഇലയുടെ മ ണവും ഏലക്കായുടെ ഗുണവും ചേർത്ത് ചുടുനെടുവീർപ്പിന്റെ ആവി യിൽ വേവിച്ചെടുക്കുന്ന ഒരാഹാരവിശേഷം. ഓർക്കുമ്പോൾത്തന്നെ വാ യിൽ വെള്ളമൂറുന്നു. അത് എണ്ണ ചേർക്കാതെതന്നെ സ്നേഹം കിനി യുന്ന ഒരപ്പം. (ബൈബിളിലെ അപ്പവും വീഞ്ഞും ഇവിടെ ഓർക്കാം.) ഇലയാൽ അടച്ചുവെച്ചതാണല്ലോ ഇലയട. അത് വെറുമൊരു അടയല്ല. പൂരട! ഇല നീക്കിയിട്ടുവേണം ഇലയട(അപ്പം) കഴിക്കാൻ. തുണിയട നീക്കിയിട്ടുവേണം പൂരട (പെണ്ണപ്പം) കഴിക്കാൻ.

9. വിയർപ്പിന്റെ സുഗന്ധം

പലേടങ്ങളിലും കാമൻ ചാണകത്താൽ. ചാണകം ഉർവരം. ഉല്പാ ദന വർധകം. സ്വർഗീയസുഭഗനായ കാമദേവനെയാണ് ഇന്നാട്ടുകാരാ യ നാട്ടിപ്പണിക്കാരികൾ കറുത്തുനാറുന്ന ചാണകം കൊണ്ട് മെനഞ്ഞി രിക്കുന്നത്. കാമനെ വച്ചിരിക്കുന്നത് കാഞ്ഞിരച്ചപ്പിൽ! മധുരക്കാഞ്ഞി രദളത്തിലല്ല. കൊടും കയ്പുള്ള കാഞ്ഞിരത്തിന്റെ ചപ്പിൽ. നമ്മുടെ പരമ്പരാഗതസൗന്ദര്യസങ്കല്പം ഇവിടെ അട്ടിമറിക്കപ്പെടുകയാണ്. ആ പെണ്ണുങ്ങൾക്കറിയാം കറുപ്പിന്റെ കരുത്ത്. കറുപ്പിന്റെ ഉർവരത, കറു പ്പിന്റെ ഐശ്വര്യപരത, വിയർപ്പിന്റെ മാദകസുഗന്ധം! പൂരക്കളിപ്പണി

ക്കന്മാരുടെ കളിയുടുപ്പും കറുപ്പ്. ചോപ്പ് കലർന്ന കറുപ്പ്. ചമരിമല അയ്യപ്പന്മാരുടെ ഉടുപ്പും കറുപ്പാണല്ലോ. നമ്മുടെ ദേശീയപതാകയോടുള്ള എല്ലാ ആദരവോടുംകൂടി ഒന്ന് ചോദിച്ചോട്ടെ. നമ്മെ അന്നമൂട്ടുന്ന പൊന്നുതമ്പ്രാക്കളുടെ ഈ നിറവും കൂടി അതിൽ ഉൾപ്പെടുത്തേണ്ടതല്ലേ? രാമനും കൃഷ്ണനും യേശുവും നബിയും മറ്റും യഥാർത്ഥത്തിൽ കറുത്തവർ, ബഹുഭൂരിപക്ഷം വരുന്ന കറുത്തവരുടെ പ്രതിനിധികൾ. ഇപ്പോഴുള്ളത് ത്രൈവർണികം. ത്രൈകളർ. വിശ്വവിശാലമായ കാർമേഘവർണ്ണംകൂടി അതിൽ ഉൾപ്പെടുത്തിയാൽ നമ്മുടെ ജനഗണമനം തുടിച്ചുയരും. ദേശീയപതാകയോടുള്ള മമത ശതഗുണീഭവിക്കും.

10. നീരുതളിയും വെത്തിലയും:

കാമനും പൂവിനും മൂന്നുനേരവും നീര് തളിക്കും, ഈർപ്പം നിലനിർത്താൻ. മീന (മേനി)ച്ചൂട് വേണ്ടുവോളമുണ്ട്. ഒപ്പം ഈർപ്പവും വേണം. എങ്കിലേ ബീജാധാനം നടക്കൂ. അതിനാണ് ജലതർപ്പണം. പൂരം ഒമ്പതുനാളുകളിലാണെങ്കിലും ആദ്യ മൂന്നുനാൾ കാമം(ൻ) ഉണ്ടാകില്ല. പൂവിടൽമാത്രം. കിണറിന്റെ ഒരു മൂലയിൽ. അതു തീണ്ടാരി. പൂരംകുളിയാകട്ടെ നാലാംകുളി. പിന്നെ പൂരക്കളി! ഇനി വെത്തിലക്കാര്യം. പലചടങ്ങുകളിലുമെന്നപോലെ മറത്തുകളിയിലും കാണാം വെത്തില. അവൾ നാഗവല്ലിയുടെ മകൾ. കളിയുടെ പ്രാരംഭം താംബൂലദാനം. അതിഥിയായ പണിക്കറെ ആതിഥേയനായ പണിക്കറുടെ സ്വീകരണം. ഒപ്പം സ്വാഗതശ്ലോകങ്ങളും ചൊല്ലും. കളിയ്ക്കായി ക്ഷണിക്കും.

പ്രാണസ്നേഹിത ദ്വിതീയവദനം കാണായതെൻ ഭാഗ്യമേ! എന്ന മട്ടിൽ. അതതീവഹൃദ്യം. ഇപ്പോഴതൊക്കെ കേൾക്കാതായി. പകരം മറ്റാരുടേയോ വകയായുള്ള വിരസസ്വാഗതംമാത്രം. ആ താംബൂലദാനത്തിൽ വെത്തിലമാത്രമല്ല അടക്കയുമുണ്ടാകും. അടക്ക അടക്കംചെയ്ത വെത്തില. (അടക്കയ്ക്ക് ആ പേര് വന്നത് അതുകൊണ്ടായിരിക്കുമോ!) അത് പുംസ്ത്രീലിംഗ പ്രതീകം. അടക്കയുടെ സംസ്കൃതം പൂഗം. 'പൂവിൽ' ഗമിക്കുന്നതാണ് പൂഗം. സ്വാഗതത്തോടുള്ള അതിഥിയുടെ പ്രതികരണം രസകരം. തണ്ടാർ സായകലീലയ്ക്കാണല്ലോ ഞാൻ ക്ഷണിക്കപ്പെട്ടത്. അത് ഞാൻ വേണ്ടുംവിധം നിർവഹിക്കാം. കാമദേവകേളി-ഞാൻ യഥോചിതം ചെയ്തുകൊള്ളാം!. ഇവിടെയെല്ലാം ദൃശ്യമാകുന്നത് പച്ചയായ പ്രത്യുല്പാദനപ്രക്രിയയുടെ സൂചകങ്ങളും ബിംബങ്ങളും. പൊതുവെയുള്ള കാൽപ്പനികരീതിയ്ക്കെതിരാണ് ഇത് എന്നു തോന്നുന്നു. അപരബിംബങ്ങളിലൂടെ രതിസൂചനകൾ-ഇതാണല്ലോ

പരമ്പരാഗതമായ കാല്പനികശൈലി. ഇവിടെ അത് തിരിച്ചിടുന്നു. പ്രത്യുല്പാദനപ്രതീകങ്ങളിലൂടെ ഉല്പാദനപ്രസക്തി വ്യക്തമാക്കുന്നു.

11. പെൺകുട്ടിയും കെട്ടുകിഴിയും:

വീട്ടിലൊരു പെൺകുട്ടിയില്ലെങ്കിൽ അവിടെ പൂവില്ല പൂരമില്ല കാമനില്ല. വയസ്സറിയിക്കാത്ത പെൺകുഞ്ഞുങ്ങൾ. ഒരമ്മൂമ്മയുടെ കഥ കേൾക്കണോ? കുറച്ച് കൊല്ലം മുന്നേ പയ്യന്നൂരിന്റെ പരിസരത്തുള്ള ഒരധ്യാപിക പറഞ്ഞതാണ്. തറവാട്ടിൽ തന്നോടൊപ്പം താമസിക്കുന്ന തന്റെ മകന്(ടീച്ചറുടെ ആങ്ങളയ്ക്ക്) മൂന്നാമത് പെറന്നതും ഒരാൺകുഞ്ഞാണെന്നറിഞ്ഞപ്പോൾ ആ അച്ചമ്മയ്ക്കുണ്ടായ ആധി! ഇനി ആരാ ഈഡ പൂവിഡ്വാ. ഇനി എന്നാ ചെയ്യ!. പെണ്ണ് പെറന്നതിലല്ല പെണ്ണ് പെറക്കാത്തതിൽ ഇങ്ങനെ ഉള്ളുരുകുന്ന ഒരമ്മൂമ്മയെ മറ്റെവിടെക്കാണും? തെയ്യത്തിന്റെ പെരുങ്കളിയാട്ടസമയത്ത് വാല്യക്കാർ കൊച്ചുബാലികമാരെ ചുമലിലേറ്റിക്കൊണ്ട് കാവിൽ പ്രദക്ഷിണംചെയ്യാറുള്ളകാര്യം ഇവിടെ ഓർമ്മയിലെത്തുന്നു. അവർ മങ്ങലക്കുഞ്ഞുങ്ങൾ. നാളെ മങ്ങലം കഴിക്കേണ്ടുന്ന കുഞ്ഞുങ്ങൾ എന്നുള്ള നിലയിൽമാത്രമല്ല നാട്ടിലാകെ മംഗളം വരുത്തുന്നവർ എന്ന അർത്ഥത്തിലും.

12. മൂർഖൻവിഷം

ശ്രദ്ധേയമായ മറ്റൊരു കാര്യം; ഈ പൂരനാടിനെ കെട്ടുകിഴിയെന്ന മൂർഖൻവിഷം തീണ്ടിയിരുന്നില്ല. ഇതേക്കുറിച്ച് സമഗ്രമായ ഒരു പഠനമെന്നല്ല ചെറിയൊരു അന്വേഷണമെങ്കിലും നടന്നതായറിവില്ല. ആർക്കും ഒരുപകാരവുമില്ലാത്ത എന്തെല്ലാം ഗോവന്വേഷണങ്ങൾ ഇവിടെ നടക്കുന്നു!. സ്ത്രീധനമെന്നല്ല കെട്ടുകിഴി എന്നാണ് അതിന് ഏറ്റവും പറ്റിയ വാക്ക്. ക്രിസ്തുമുസ്ലീംമതസ്ഥരിലെന്നല്ല ലോകത്തെവിടെയും ഈ 'കെട്ടകിഴി' ഇല്ലെന്നാണറിഞ്ഞത്. പലേടങ്ങളിലും നേരേ തിരിച്ചാണ്. പിന്നെങ്ങനെ ഈ പണ്ടാരം ഇന്ത്യയിലെത്തി? (എത്ര നാര്യസ്തു പീഡ്യന്തേ!) ആണധിഷ്ഠിതമായ ജാതിമേധാവിത്വം ഇവിടെയല്ലാതെ മറ്റെവിടെയുമില്ലല്ലോ? കെട്ടിയവനാൽ ക്രൂരമായി കൊലചെയ്യപ്പെട്ട കൊല്ലത്തെ ഉത്രയെന്ന പെങ്ങളുടെ ഗതി!

13. പെണ്ണ് പൊന്ന്:

ആർ.രാജശ്രീയുടെ പെൺ 'കത'യുടെ ഒടുവിൽ ഇങ്ങനെയൊരു ചെറുസംഭാഷണമുണ്ടല്ലോ! എന്നാണേ കുഞ്ഞി? പെണ്ണ്. പെണ്ണല്ലണേ പൊന്ന്! അതെ-സ്ത്രീതന്നെ ധനം. പിന്നെന്ത് സ്ത്രീധനം? മീനപ്പൂരനേരത്താണ് ഒട്ടുമിക്ക കൊല്ലവും ലോകവനിതാദിനം വരിക. ലോക

ത്തിനതു ഒരാണ്ടുനേർച്ചയാണെങ്കിൽ ഈ ലോകർക്കതു ഒരു ദിനചര്യ. ജീവിതചര്യ. എല്ലാ നാളും പെൺനാൾ.

14. പൂരക്കളി

നെൽക്കൃഷിമാതിരി പൂരക്കളിയും ഒരു സംഘകല. തുള്ളൽക്കളി ഒരു ഏകവചനം. പൂരക്കളി ബഹുവചനം. ആദ്യത്തേത് സമൂഹത്തിന്റെ വിമർശനത്തിനാണെങ്കിൽ രണ്ടാമത്തേത് സമൂഹത്തിന്റെ അശന(ഭക്ഷണ)ത്തിനുവേണ്ടി. കാർഷികവൃത്തിയുടെ കരുത്തുറപ്പിക്കാനായി കർഷകർ നടത്തിവരുന്ന ഒരു ഗ്രാമീണസംഘനൃത്തം എന്ന് പൂരക്കളിയെ ഒതുക്കിപ്പറയാം. കാവുകളിലാണ് ഇതരങ്ങേറുന്നത്. കാവെന്നാൽ കാട്. വെറുമൊരു കാടല്ല, കാടിന്റെ പശ്ചാത്തലത്തിലുള്ള ഒരു ഗ്രാമീണ ആരാധനാലയം. ആ നാടൻ കാടു(വു)കൾ ഇന്ന് കോൺക്രീറ്റ് ക്ഷേത്രങ്ങളായി. പൂരം ഒരു പെൺകളിയാട്ടമാണെങ്കിൽ പൂരക്കളി ഒരു ആൺവിളയാട്ടം. രണ്ടും ചേർന്നാലേ പൂരം പൂർണ്ണമാകൂ. ജീവിതകാർഷികവൃത്തി പൂർത്തിയാകൂ. കാവിൽ പന്തലൊരുക്കി ഒരു പണിക്കറുടെ നേതൃത്വത്തിലാണ് ഇതിന്റെ അരങ്ങേറ്റം. ഗ്രാമത്തിന്റെ ഒരു നടുമുറി അവിടെ ഹാജരാകും. പത്തുവയസ്സിനു താഴെയുള്ള ബാലകന്മാർതൊട്ട് എഴുപതിനുമോളിലുള്ള കാരണവന്മാർ വരെ അരങ്ങുതകർക്കും. ആട്ടവും ചാട്ടവും മൂന്ന് സ്ഥായികളിലുമുള്ള പാട്ടുകളും ചുവടുകളും കാണികളുടെ കണ്ണും കാതും കരളും കുളിരുകോരും. വെറുതെയല്ല മൂർക്കോത്ത് കുമാരൻ പറഞ്ഞത് പൂരക്കളി 64 കലകളിൽ പെടില്ലെങ്കിൽ ഇതുകൂടി ഉൾപ്പെടുത്തി അവ അറുപത്തഞ്ചാക്കണമെന്ന്.

ചില സമുദായക്കാരുടെ ഏർപ്പാട് എന്ന് ചിലരിതിനെ ഒന്നൊതുക്കാൻ നോക്കാറുണ്ട്. ഒട്ടുമിക്ക കാര്യങ്ങളും അങ്ങനെതന്നെയല്ലേ? കലയും കലവും അരിയും തുണിയുമൊക്കെ സമൂഹത്തിന്റെ പലപല ശ്രേണികളിൽനിന്നുള്ളവരാണല്ലോ സൃഷ്ടിക്കുന്നത്? എന്തിനധികം യുനെസ്കോ പൈതൃകപ്പട്ടികയിൽ പെടുത്തിയ കൂടിയാട്ടം സമൂഹത്തിലെ എല്ലാവരും ചെയ്യാറുണ്ടോ? എങ്കിലും അതെല്ലാവരുടേതുമല്ലേ?

15. മറത്തുകളി

പൂരക്കളി ഒരു ബഹുവചനമാണെങ്കിൽ മറത്തുകളി ഒരു ദ്വിവചനം. സ്വക്ഷേത്രബലവാന്മാരായ രണ്ട് പണിക്കന്മാർ നടത്തുന്ന ശ്ലോകാവതരണം, വ്യാഖ്യാനം, സംവാദം. നാട്യശാസ്ത്രം തൊട്ട് നാട്ടുകാര്യങ്ങൾവരെ അവിടെ ചർച്ചയ്ക്കുവരും. അകലങ്ങളിൽനിന്നുപോലും 'ക

ളിഭ്രാന്തർ' അവിടെ ഒത്തുകൂടും. ഇടവേളകളിൽ പൂരക്കളിയും പൊടി പാറും. പണിക്കന്മാർ രസികന്മാരാണെങ്കിൽ അവിടെ നിന്ന് കിട്ടിയ കാര്യങ്ങൾ കുറേക്കാലം ഓർമ്മകളിൽ ഓളം വെട്ടും. വിഷയമേതായാലും മാധ്യമം ചോദ്യോത്തരം. സംവാദാത്മകതയ്ക്ക് ഒരു ഘർഷണദീപ്തിയുണ്ടല്ലോ. മറത്തുകളിയെന്നാൽ മത്സരക്കളി. എന്നാലിവിടെ ആരും തോൽക്കുന്നില്ല. കാണികളുൾപ്പെടെ എല്ലാവരും ജയിക്കുന്നു. പേരിലേ മത്സരമുള്ളൂ. നേരിൽ ഉത്സവം. വീറും വാശിയും നിലനിർത്താൻ ഒരു മത്സരാന്തരീക്ഷം സൃഷ്ടിക്കുന്നെന്നുമാത്രം. മറത്തും മറത്തും എന്നൊരു നാടൻ പ്രയോഗമുണ്ട്. പരസ്പരം എന്നർത്ഥം. മറക്കുക എന്നതിന് ശല്യംചെയ്യുക എന്ന് പൊരുൾ. ഇവിടെയുള്ള മറപ്പ് ഭൗതികമല്ല. ബൗദ്ധികം. കാവ്യാത്മകമായ ഒരു കളരിപ്പയറ്റ്.

16. രാഹിത്യം

കണ്ടത്തിലെ പണിക്കാരനാണ് കാവിലെ പണിക്കറാകുന്നത്. അപ്പംകൊണ്ട് മാത്രമല്ലല്ലോ മർത്യജീവിതം. ജീവിതം സാർഥകമാകണമെങ്കിൽ കഥയും കലയും ആട്ടും പാട്ടും വേണം. സാഹിത്യമില്ലെങ്കിൽ ജീവിതം രാഹിത്യമായിപ്പോകും. ആ ബോധ്യമത്രെ മറത്തുകളി. അവർണന് വർണബോധമുണ്ടായതിന്റെ ആത്മഘോഷം. അവർണശബ്ദത്തിന് രണ്ടർഥം. 1. നിറംകെട്ടവൻ, കറുപ്പൻ. 2. വർണം-അക്ഷരം-നിഷേധിക്കപ്പെട്ടവൻ. ദൂരത: പരിവർജയേൽ. അക്ഷരത്തിൽനിന്ന് ആട്ടിയോടിക്കപ്പെട്ടവനാണ് ഇവിടെ അക്ഷരങ്ങൾകൊണ്ട് അമ്മാനമാടുന്നത്. സാഹിത്യംകൊണ്ട് അഭ്യാസം കാണിക്കുന്നത്. മറത്തുകളിയിൽ ആണ്ടും പള്ളും എന്നാരു ചടങ്ങുണ്ടായിരുന്നു. ശിവപാർവതിമാർ കർഷകദമ്പതികളായി വന്ന് കൃഷിനടത്തുന്നതിന്റെ വിവരണം. ജഗത് പിതാക്കളെ ഹിമാലയത്തിൽനിന്ന് പാടത്തിലിറക്കിക്കൊണ്ടുവന്ന പൂരക്കളിപ്പണിക്കാർ രസികന്മാർതന്നെ. ഇതിന് മറ്റൊരുതലം ഉണ്ടെന്നു തോന്നുന്നു. ലോകപിതാക്കൾക്ക് കൃഷിപ്പണിയെടുക്കാമെങ്കിൽ തങ്ങൾക്കുമെന്തുകൊണ്ടായിക്കൂടാ എന്ന ബോധം യുവാക്കളിൽ വളരണം. ഒടുവിൽ നാടകം യോഗിയിലിരുപ്പ് എന്നീ ചടങ്ങുകൾ. ജീവിതനാടകത്തിന്റെ പര്യവസാനമാണ് യോഗം. മറത്തുകളി ഇവിടെ ഒരു ദാർശനികമാനം കൈവരിക്കുകയാണ്. കൃഷിയൊക്കെ ചെയ്താലും ജീവിതം ആസ്വദിച്ചാലും ഒടുവിൽ മർത്യൻ മണ്ണിൽത്തന്നെ ലയിക്കേണ്ടതുണ്ട്. മണ്ണിൽ നിന്ന് വരുന്നു മണ്ണിലേയ്ക്കുതന്നെ മടങ്ങുന്നു. മണ്ണിൽ വീണുടയേണ്ടുന്ന ഒരു മൺവണ്ടി (മൃച്ഛകടികം) യാണല്ലോ മർത്യൻ. എന്നാൽ ജീവിതവയലിലെ കുറ്റി വീണ്ടും തളിരിടുന്നു (കുറ്റി കുട്ടിയുമാണല്ലോ). ക

തിരണിയുന്നു. ജീവിതനാടകവും കാർഷികവൃത്തിയും തുടരുന്നു.

17. യാത്രാമംഗളം:

ഏറെ ഭാവതീവ്രമാണ് പൂരത്തിന്റെ ഒടുവിലത്തെ ചടങ്ങ്. രാത്രിയിലുള്ള കാമനെ കോരൽ. പൂരടയും പൂരക്കഞ്ഞിയും കൊടുത്ത് നീര് തളിച്ച് അരിയെറിഞ്ഞ് എല്ലാരും ചേർന്ന് ഒരു യാത്രാമൊഴി.

നേരത്തേകാലത്തേ ബെരണേകാമാ
എനിയത്തെ കൊല്ലോം ബെരണേ കാമാ
തെക്കൻ തിരുനാട്ടില് പോല്ലേ കാമാ
ഈന്തോലപ്പന്തലിലാക്കേ്വകാമാ
ഈന്തപ്പം ചുട്ട് ചതിക്കേ്വ കാമാ
കുഞ്ഞാങ്ങലത്താറാട്ടിന് ബെരണേ കാമാ
നേരത്തേ കാലത്തേ ബെരണേകാമാ!

ആ സമയത്ത് അമ്മയുടെയും അച്ചമ്മയുടെയും തൊണ്ടയിടറും. വാക്ക് മുറിയും. അതറിഞ്ഞ് കുട്ടികളായ ഞങ്ങളുടെ കണ്ണുകളും ഈറനണിയും. അതൊക്കെ ഇപ്പോൾ ഓർമയിൽ നിറയുന്നു. ഒറ്റക്കാര്യം കൂടി. നെൽക്കർഷകർക്ക് മണ്ണിനോടും പെണ്ണിനോടും ഒരേസമീപനമായിരുന്നു. മണ്ണിനോട് ആർദ്രതയും പെണ്ണിനോട് കരുതലും. മണ്ണിനെ ആക്രമിക്കുന്നവർ പെണ്ണിനെയും ആക്രമിക്കും. ഈയൊരു തലത്തിൽനിന്നുവേണം കൂടിവരുന്ന പെൺപീഡനങ്ങളെ കാണാൻ. കാർഷികസമൃദ്ധി തീർത്തും തിരസ്കൃതമാകുന്നതോടെ ഇതൊക്കെ ഓർമ്മയിൽ നിന്ന്പോലും ഡിലീറ്റ് ചെയ്യപ്പെടും. എങ്കിലും അപ്പോഴും ഏതോ ഒരു തൊണ്ട്യമ്മൂമ്മ തൊണ്ടയിടറിക്കൊണ്ട് ഇങ്ങനെ പാടും:

നേരത്തേ കാലത്തേ ബെരണേ കാമാ
എനിയത്തെ കൊല്ലോം ബെരണേ കാമാ....
....

▲▲▲

www.ingramcontent.com/pod-product-compliance
Lightning Source LLC
LaVergne TN
LVHW060418051026
849518LV00007B/2597